INSIGHT PUBLICA®

INSIGHT PUBLICA®
Nadakkave, Kozhikode, Kerala
Tel:0495–4020666
www.insightpublica.com
e-mail: insightpublica@gmail.com
Chukkum Gekkum
(Malayalam)
Arkady Gaidar
Translation: Gopalakrishnan
First Insight Edition: November 2017
This Edition: January 2020

ISBN 978-81-935607-8-5

Published by
Insightinpublica Publishers Pvt. Ltd.
Printed at Repro India Limited, India

ചുക്കും ഗെക്കും

അർക്കാദി ഗൈദാർ

വിവർത്തനം: ഗോപാലകൃഷ്ണൻ

ചിത്രങ്ങൾ: ഡി. ദുബീൻസ്ക്കിയ്

പണ്ട് നീലമലയ്ക്കടുത്തുള്ള കാട്ടിൽ ഒരാൾ പാർത്തിരുന്നു. അയാൾ കഠിമായി അദ്ധ്വാനിച്ചെങ്കിലും ജോലി ഒരിക്കലും തീർന്നിരുന്നില്ല. അതുകൊണ്ട് ഒഴിവിനു വീട്ടിൽ പ്പോകാൻ അയാൾക്കു സമയം കിട്ടിയില്ല.

ഒടുവിൽ മഞ്ഞുകാലം വന്നപ്പോൾ അയാൾക്കു വല്ലാത്ത ഏകാന്തത അനുഭവപ്പെട്ടു. കുട്ടികളുമൊന്നിച്ച് തന്നെ വന്നു കാണാൻ അയാൾ ഭാര്യയ്ക്കെഴുതി.

അയാൾക്ക് രണ്ട് മക്കളുണ്ടായിരുന്നു. ചുക്കും ഗെക്കും.

അവർ അമ്മയുമൊന്നിച്ച് വളരെ അകലെയുള്ള ഒരു വലിയ നഗരത്തിലായിരുന്നു താമസം. അതിലും നല്ലൊരു നഗരം ഭൂമുഖത്തിലില്ലതന്നെ.

രാവും പകലും ചുവന്ന നക്ഷത്രങ്ങൾ നഗരത്തിന്റെ ഗോപുരങ്ങളിന്മേൽ മിന്നിത്തിളങ്ങി.

നിസ്സംശയമായും മോസ്ക്കോ എന്നായിരുന്നു അതിന്റെ പേര്.

* * *

തപാൽശിപായി കത്തും കൊണ്ട് കോവണി കയറുമ്പോൾ ചുക്കും ഗെക്കും മൽപ്പിടുത്തത്തിൽ മുഴുകിയിരിക്കുകയായിരുന്നു. അതൊരു വാശിയേറിയ മൽപ്പിടുത്തമായിരുന്നു താനും.

എന്തിനാണവർ മല്ലിട്ടതെന്ന് എനിക്കിപ്പോൾ ഓർമ്മയില്ല. ചുക്ക് ഗെക്കിന്റെ തീപ്പെട്ടിക്കൂട് കയ്യിലാക്കിയെന്നു തോന്നുന്നു. അതോ ഗെക്ക് ചുക്കുവിന്റെ കാലി പോളിഷ് ടിന്നും കൊണ്ട് കടന്നതാണോ എന്നു നിശ്ചയമില്ല.

അവർ അന്യോന്യം ഓരോ ഇടി കൈമാറി അടുത്തതിന് ഒരുങ്ങുമ്പോഴാണ് മണിയടിച്ചത്. അവർ സംഭ്രമത്തോടെ പരസ്പരം നോക്കി. അമ്മയാണെന്നാണു വിചാരിച്ചത്. അവർ മറ്റ് അമ്മമാരെപ്പോലെ ആയിരുന്നില്ല. മല്ലിടുന്നതിന് അമ്മ അവരെ ശകാരിക്കുകയോ അവരുടെ നേരെ ഒച്ചയെടുക്കുകയോ ചെയ്തിരുന്നില്ല. കുറ്റവാളികളെ ഒരു മണിക്കൂർ മുഴുവനും, ചിലപ്പോൾ രണ്ടു മണിക്കൂർപോലും, ഒന്നിച്ചു കളിക്കാൻ അനുവദിക്കാതെ, വെവ്വേറെ മുറികളിലാക്കുമെന്നുമാത്രം.

അറുപതു മിനിട്ടുകൾ ടിക്-ടിക് എന്നടിച്ചുകൊണ്ട് നീങ്ങിയാലേ ഒരു മണിക്കൂറാവൂ. രണ്ടുമണിക്കൂർ കഴിയാൻ അതിലും കൂടുതൽ സമയം വേണം.

അവരതുകൊണ്ട് വേഗം കണ്ണുനീർ തുടച്ച് കതകു തുറക്കാനോടി.

പക്ഷേ വന്നത് അമ്മയായിരുന്നില്ല. എഴുത്തുകൊണ്ട് തപാൽശിപായിയായിരുന്നു.

"അച്ഛന്റെ കത്താണ്!" അവർ ആർത്തുവിളിച്ചു. "ഹുറാ! അച്ഛന്റെ കത്താണ്! അച്ഛൻ ഉടൻ വരുമായിരിക്കും!"

അവർ സന്തോഷംകൊണ്ട് സോഫയിൽ ചാടാനും കുത്തിമറിയാനും തുടങ്ങി. കാരണം, മോസ്ക്കോ ലോകത്തിൽ വച്ച് ഏറ്റവും നല്ല നഗരമാണെങ്കിൽപ്പോലും അച്ഛൻ ഒരു കൊല്ലം മുഴുവൻ അടുത്തില്ലാത്തപ്പോൾ മോസ്ക്കോപോലും രസമില്ലാത്ത ഇടമായെന്നുവരും.

അവരുടെ ഉദ്വേഗത്തിനും ആഹ്ലാദത്തിനുമിടയ്ക്ക് അമ്മ വന്നത് അവരറിഞ്ഞില്ല.

തന്റെ മിടുക്കന്മാരായ രണ്ടുമക്കളും മലർന്നു കിടന്ന് കൂവിവിളിച്ചുകൊണ്ട് ഭിത്തിയിൽ കാലിട്ടടിക്കുന്നതു കണ്ട് അവർ അത്ഭുതപ്പെട്ടു. കുട്ടികളുടെ ചവിട്ടിന്റെ ശക്തികൊണ്ട് സോഫയുടെ മുകളിൽ തൂക്കിയിരുന്ന ചിത്രങ്ങൾ ഇളകുകയും ഘടികാരത്തിലെ സ്പ്രിംഗ് മൂളുകയും ചെയ്തു.

പക്ഷേ, അവരുടെ ആഹ്ലാദ പ്രകടനത്തിനുള്ള കാരണമറിഞ്ഞപ്പോൾ അമ്മ അവരെ ശകാരിച്ചില്ല.

പകരം അവർ കുട്ടികളെ സോഫയിൽ നിന്നും താഴെ യിറക്കി. ഫർക്കോട്ട് വേഗം ഊരിമാറ്റി കത്തുവായിക്കാ നിരുന്നു. മുടിയിൽ പറ്റിയിരുന്ന ഹിമശകലങ്ങൾ കുടഞ്ഞു കളയാൻ പോലും അവർ മിനക്കെട്ടില്ല. അവ ഇതിനകം ഉരുകിക്കഴിഞ്ഞിരുന്നു. അമ്മയുടെ ഇരുണ്ട പുരികങ്ങളുടെ മുകളിൽ അവ മുത്തുകൾപോലെ തിളങ്ങി

* * *

കത്തുകൾ സന്തോഷപ്രദമോ സങ്കടകരമോ ആകാമെ ന്നകാര്യം എല്ലാവർക്കും അറിവുള്ളതാണല്ലൊ. അതുകൊ ണ്ടാണ് അമ്മ കത്തു വായിച്ചുകൊണ്ടിരുന്നപ്പോൾ ചുക്കും ഗെക്കും അവരുടെ മുഖം ശ്രദ്ധയോടെ നോക്കിക്കൊണ്ടി രുന്നത്.

ആദ്യം അമ്മ നെറ്റിചുളിച്ചു. അവരും നെറ്റിചുളിച്ചു. പിന്നീട് അമ്മ പുഞ്ചിരിച്ചു. അപ്പോൾ എഴുത്ത് സന്തോഷ പ്രദമായ ഒന്നാണെന്നർത്ഥം.

"നിങ്ങളുടെ അച്ഛൻ വരുന്നില്ല." കത്തു മാറ്റിവെച്ചിട്ട് അമ്മ പറഞ്ഞു. "അദ്ദേഹത്തിന് പിടിപ്പതു ജോലിയുള്ളതു കൊണ്ട് ഇങ്ങോട്ടു വരാൻ പറ്റില്ല."

ചെക്കും ഗെക്കും അമ്പരന്ന് പരസ്പരം നോക്കി. അപ്പോൾ ആ കത്ത് അങ്ങേയറ്റം സങ്കടകരമായ ഒന്നാണെന്നു വന്നി രിക്കുന്നു.

ഒരു നിമിഷത്തിനകം അവർ ചുണ്ടു കൂർമ്പിക്കാനും മൂക്കു ചീറ്റാനും അമ്മയുടെ നേരെ ദേഷ്യത്തോടെ നോക്കാനും തുടങ്ങി. അമ്മയാണെങ്കിൽ എന്തുകൊണ്ടോ പുഞ്ചിരിച്ചു കൊണ്ടിരുന്നു.

"അദ്ദേഹം വരുന്നില്ല," അവർ പറഞ്ഞു. "പക്ഷേ നമ്മൾ അങ്ങോട്ട് ചെന്നു കാണണമെന്നാണ് പറയുന്നത്."

അതു കേൾക്കേണ്ട താമസം, ചുക്കും ഗെക്കും സോഫയിൽ നിന്നു ചാടിയിറങ്ങി.

"എന്തൊരു മനുഷ്യൻ!" അമ്മ നെടുവീർപ്പിട്ടു. വന്നു കാണണം, എന്നു പറയാൻ എളുപ്പമാണ്. ഇതു കേട്ടാൽ തോന്നും ഒരു ട്രാമിൽ കയറി അങ്ങു പോയാൻ മതിയെന്ന്.

"അതുതന്നെ!" ചുക്ക് ഇടയ്ക്കു കയറി പറഞ്ഞു. 'വരണം' എന്ന് അച്ഛൻ പറഞ്ഞാൽ നാം ഉടൻ പുറപ്പെടണം.

"നീ ഒരു വിഡ്ഢിയാണ്", അമ്മ പറഞ്ഞു. "അവിടെ എത്താൻ ആയിരമല്ല, പിന്നെയും ഒരു ആയിരം കിലോ മീറ്റർ കൂടി തീവണ്ടിയിൽ സഞ്ചരിക്കണം. അതും കഴിഞ്ഞ് തൈഗയിലൂടെ ഹിമവണ്ടിയോടിച്ചു പോകണം. ആ തൈഗ യിലാണെങ്കിൽ ചെന്നായയുടേയോ കരടിയുടേയോ മുമ്പിൽ ചെന്നു പെടുമെന്നു തീർച്ചയാണ്. കൊള്ളാം! എന്തൊരു കൂത്ത്! നിങ്ങൾ തന്നെ ഒന്നാലോചിച്ചു നോക്കിൻ"

പക്ഷേ, ചുക്കും ഗെക്കും അതേപ്പറ്റി ഒരു നിമിഷനേരം പോലും ആലോചിക്കാൻ തയ്യാറായില്ല. ആയിരമല്ല, ഒരു ലക്ഷം കിലോമീറ്റർ സഞ്ചരിക്കാൻ തങ്ങൾ ഒരുക്കമാ ണെന്ന് അവർ പറഞ്ഞു. അവർക്ക് ഒന്നിനേയും ഭയമില്ല. ധൈര്യശാലികളാണവർ. ഇന്നലെയല്ലേ എവിടുന്നോ വന്നുകയറിയ ഒരു മുഷ്ക്കൻ പട്ടിയെ അവർ മുറ്റത്തുനിന്നും കല്ലെറിഞ്ഞ് ഓടിച്ചത്?

അവർ ചിലച്ചുകൊണ്ട് കൈവീശുകയും കാലുകൊണ്ട് നിലത്ത് ആഞ്ഞു ചവിട്ടുകയും അവിടെല്ലാം തുള്ളിച്ചാടി നടക്കുകയും ചെയ്തു. അമ്മ അതെല്ലാം ശ്രദ്ധിച്ചുകൊണ്ട് അനങ്ങാതിരിക്കുകമാത്രമേ ചെയ്തുള്ളൂ. പെട്ടെന്ന് അവർ പൊട്ടിച്ചിരിച്ച് കുട്ടികളെ വാരിയെടുത്ത് വട്ടത്തിൽ കറക്കി ഒടുവിൽ സോഫയിലിട്ടു.

നമ്മൾ തമ്മിൽ പറയുകയാണെങ്കിൽ, അവർ വാസ്തവത്തിൽ അത്തരമൊരു കത്തുതന്നെയാണ് ഏറെനാളായി പ്രതീക്ഷിച്ചുകൊണ്ടിരുന്നത്. തമാശ ഇഷ്ടമായിരുന്നതുകൊണ്ട് അവർ ചുക്കിനേയും ഗെക്കിനേയും "പിരികേറ്റി" എന്നു മാത്രം.

* * *

യാത്രയ്ക്കൊരുങ്ങാൻ അമ്മ ഒരാഴ്ചയെടുത്തു. ആ സമയം ചുക്കും ഗെക്കും പാഴാക്കിയില്ല.

കറികത്തികൊണ്ട് ചുക്ക് ഒരു കഠാരയുണ്ടാക്കി. ഗെക്ക് മിനുസമുള്ള ഒരു വടി കണ്ടുപിടിച്ച് അതിന്റെ തലയ്ക്കൽ ഒരാണി തറച്ചു. അതോടെ അതു നല്ല ബലമുള്ള ഒരു കുന്തമായിത്തീർന്നു. അവൻ അത് ഒരു കരടിയുടെ നെഞ്ചിൽ തറച്ചാൽ അത് ആ നിമിഷം ചത്തുവീഴുമെന്നു തീർച്ച. നേരത്തെതന്നെ ആരെങ്കിലും അതിന്റെ തൊലി കുത്തിക്കീറിയിരിക്കണമെന്നുമാത്രം.

അവസാനം എല്ലാം തയ്യാറായി. സാമാനമെല്ലാം കെട്ടി ശരിയാക്കി. കതകിന് ഒരു ഇരട്ടപ്പൂട്ടിട്ടു. എലി വരാതിരിക്കാൻ അലമാരയിൽ നിന്നും റൊട്ടിയുടേയും ഗോതമ്പുമാവിന്റേയും മറ്റും അവശിഷ്ടങ്ങൾ തുടച്ചുമാറ്റി. അതിനുശേഷം, പിറ്റേന്നു പുറപ്പെടുന്ന തീവണ്ടിക്കു ടിക്കറ്റു വാങ്ങാൻ വേണ്ടി അമ്മ റെയിൽവെ സ്റ്റേഷനിലേക്കു പോയി.

അമ്മ പോയ സമയത്ത് ചുക്കും ഗെക്കും വഴക്കുകൂടി.

കഷ്ടം! ആ വഴക്ക് എന്തെല്ലാം വിന വരുത്തിവെയ്ക്കുമെന്നറിഞ്ഞിരുന്നെങ്കിൽ അവർ തീർച്ചയായും അന്ന് വഴക്ക് കൂടുകയില്ലായിരുന്നു.

* * *

രണ്ടു പേരിലും പിടിപ്പുണ്ടായിരുന്ന ചുക്കിന് ഒരു പരന്ന തകരപ്പെട്ടിയുണ്ടായിരുന്നു. അവൻ അതിൽ തേയിലക്കൂട്ടുകളിൽ നിന്നുള്ള ഈയക്കടലാസും മിട്ടായി പൊതിഞ്ഞ കടലാസും സൂക്ഷിച്ചിരുന്നു. കൂടാതെ അമ്പുണ്ടാക്കാൻവേണ്ടി കരിംകുയിലിന്റെ കുറച്ചു തൂവലും ചീനക്കാരുടെ ചെപ്പടിവിദ്യ കാണിക്കാൻ കുറെ കുതിരരോമവും അത്രതന്നെ പ്രധാനമുള്ള മറ്റു ചിലതും അതിലുണ്ടായിരുന്നു.

ഗെക്കിന് അതുപൊലൊരു പെട്ടിയുണ്ടായിരുന്നില്ല. പൊതുവിൽ ഗെക്ക് അതുംമിതും ആലോചിച്ചുനടക്കുന്ന പ്രകൃതക്കാരനായിരുന്നു. പക്ഷേ അവനു നന്നായി പാട്ടു പാടാനറിയാം.

ചുക്ക് അടുക്കളയിലിരുന്ന് തന്റെ വിലപ്പെട്ട പെട്ടിക്കകത്തെ സാധനങ്ങൾ തിരഞ്ഞുവെയ്ക്കുകയും ഗെക്ക് മറ്റേമുറിയിലിരുന്ന് പാടുകയും ചെയ്തു കൊണ്ടിരിക്കുമ്പോഴാണ് തപാൽശിപായി വന്ന് അമ്മയ്ക്കുള്ള ഒരു കമ്പി ചുക്കിനെ ഏല്പിച്ചത്.

ചുക്ക് കമ്പി തന്റെ പെട്ടിക്കകത്തിട്ടശേഷം ഗെക്ക് പാട്ടു നിർത്താനുള്ള കാരണമറിയാൻ അങ്ങോട്ടു പോയി.

"റാ! റാ! ഹുറാ!" ഗുക്ക് ആർത്തുവിളിക്കുകയായിരുന്നു. "ഹേ! ബേ! ട്ടറുംബേ!"

ചുക്ക് ജിജ്ഞാസയോടെ കതകു തുറന്ന് നോക്കി. ആ കാഴ്ചകണ്ട് അവന്റെ കൈകൾ അരിശം കൊണ്ടു വിറയ്ക്കാൻ തുടങ്ങി.

മുറിയുടെ നടുവിൽ ഒരു കസേര കിടന്നിരുന്നു. കുന്തമുനകൊണ്ടു സർവ്വത്ര കുത്തിക്കീറിയ ഒരു പത്രം അതിന്റെ പിൻ ഭാഗത്ത് തൂങ്ങിക്കിടന്നിരുന്നു. അത്രമാത്രമേ ഉള്ളുവെങ്കിൽ സാരമില്ലായിരുന്നു. പക്ഷേ, ആ ഭയങ്കരനായ ഗെക്കുണ്ടല്ലോ. അമ്മയുടെ ഷൂസ് വാങ്ങിച്ച മഞ്ഞ നിറത്തിലുള്ള കാർഡ് ബോർഡ് പെട്ടി ഒരു കരടിയാണെന്നു സങ്കല്പിച്ചു. അതിനെ കുന്തം കൊണ്ട് സർവ്വശക്തിയുമെടുത്ത് കുത്തുകയായിരുന്നു. ചുക്ക് ആ പെട്ടിക്കകത്ത് തകരം കൊണ്ടുണ്ടാക്കിയ ഒരു പീപ്പി, നവംബർ 7 ന്റെ നിറപ്പകിട്ടുള്ള മൂന്ന് ബാഡ്ജുകൾ കുറച്ച് പണം. എല്ലാംകൂടി 46 കോപ്പെക്ക് ഇത്രയും സൂക്ഷിച്ചിരുന്നു. ആ പണം ഗെക്കിനെപ്പോലെ കണ്ടമാനം ചെലവാക്കാതെ അവരുടെ ദീർഘയാത്രയ്ക്കു വേണ്ടി അവൻ നീക്കിവച്ചിരുന്നതാണ്.

കുത്തിക്കീറിയിട്ടിരുന്ന പെട്ടി കണ്ടയുടനെ ചുക്ക് ഗെക്കിന്റെ കയ്യിൽനിന്നും കുന്തം തട്ടിപ്പറിച്ച് കാൽമുട്ടിൽ വച്ച് രണ്ടായൊടിച്ചു. കഷ്ണങ്ങൾ തറയിലേക്കു വലിച്ചെറിഞ്ഞു.

പക്ഷേ, ഗെക്ക് ഒരു പരുന്തിനെപ്പോലെ ചുക്കിന്റെ നേരെ പറന്നു ചെന്ന് അവന്റെ കയ്യിൽനിന്നും തകരപ്പെട്ടി വലിച്ചെടുത്തു. ജനൽപ്പടിയിൽ ചാടിക്കയറി അവൻ അത് ജനലിന്റെ പുറത്തേക്ക് ഒരേറു കൊടുത്തു.

ചുക്കിന് ഭയങ്കരദേഷ്യം വന്നു. "കമ്പി! കമ്പി!' എന്ന് ചെവി പൊട്ടുന്ന വിധം ഉറക്കെ വിളിച്ചുപറഞ്ഞുകൊണ്ട് അവൻ തൊപ്പിപോലും വയ്ക്കാതെ വീട്ടിനു പുറത്തേക്കോടി.

എന്തോ കുഴപ്പമുണ്ടെന്നു മനസ്സിലാക്കിയ ഗെക്കും പിന്നാലെ ഓടി.

പൊട്ടിച്ചുവായിക്കാത്ത കമ്പി അകത്തുള്ള ആ തകരപ്പെട്ടി അവർ അവിടമെല്ലാം തപ്പിനോക്കി. പക്ഷേ, ഫലമുണ്ടായില്ല.

അത് ഒന്നുകിൽ മഞ്ഞിനടിയിൽ ആണ്ടുപോയി, അല്ലെങ്കിൽ വഴിക്കു വീണ് വഴിപോക്കരാരെങ്കിലും എടുത്തുകൊണ്ടുപോയി. ഏതായാലും പൊട്ടിക്കാത്ത കമ്പിയോടും മറ്റെല്ലാ നിധികളോടും കൂടി ആ പെട്ടി എന്നെന്നേക്കുമായി നഷ്ടപ്പെട്ടു.

* * *

വീട്ടിൽ തിരിച്ചെത്തിയതിനുശേഷം ചുക്കും ഗെക്കും കുറെയധികം സമയത്തേക്ക് നിശ്ശബ്ദരായിരുന്നു. അവർ ഇതിനകം വഴക്കവസാനിപ്പിച്ചിരുന്നു. കാരണം അമ്മയുടെ അടുത്തുനിന്നും രണ്ടുപേർക്കും ചൂടോടെ കിട്ടുമെന്ന് അവർക്കറിയാമായിരുന്നു. ഗെക്കിനേക്കാൾ ഒരു വർഷത്തെ മുഴുവൻ മൂപ്പുള്ളതുകൊണ്ട് ശിക്ഷയുടെ ഏറിയ പങ്കും കിട്ടുന്നതു തനിക്കായിരിക്കുമെന്നായിരുന്നു. ചുക്കിന്റെ ഭയം. അതുകൊണ്ട് അവർ തലപുകഞ്ഞാലോചിച്ചു.

"ഗെക്ക്! നമുക്കൊന്നു ചെയ്താലെന്താ? കമ്പിയുടെ കാര്യമേ അമ്മയോടു പറയാതിരുന്നാലോ? ഒരു കമ്പിയിൽ ഇത്ര വലിയ കാര്യമെന്തിരിക്കുന്നു? അതില്ലെങ്കിലും നമുക്ക് രസത്തിന് ഒരു കുറവും വരില്ല!"

"കളവു പറയരുത്. " ഗെക്ക് നെടുവീർപ്പിട്ടു. "കളവു പറഞ്ഞാൽ അമ്മയ്ക്ക് ദേഷ്യം കൂടും."

"പക്ഷേ നമുക്ക് കളവു പറയേണ്ട," ചുക്ക് സന്തോഷഭരിതനായി പറഞ്ഞു.'കമ്പി എവിടെ?' എന്ന് അമ്മ ചോദിച്ചാൽ നമുക്ക് പറയാം. പക്ഷേ ചോദിച്ചില്ലെങ്കിൽ, നമ്മളായിട്ട് എന്തിനു തുടങ്ങിവെയ്ക്കണം? നമ്മളതിന് എടുത്തുചാട്ടക്കാരൊന്നുമല്ലല്ലൊ."

"ശരി," ഗെക്കു സമ്മതിച്ചു. "കളവു പറയേണ്ടെങ്കിൽ ചേട്ടൻ പറഞ്ഞതുപോലെ ചെയ്യാം. അതു നല്ലൊരു ബുദ്ധിയാണ്. ചുക്ക്."

അവർ അക്കാര്യം അങ്ങനെ തീരുമാനിക്കേണ്ട താമസം, അമ്മ വന്നു. തീവണ്ടിയിൽ നല്ല സീറ്റുകൾ കിട്ടിയതുകൊണ്ട് അവർ വളരെ സന്തുഷ്ടയായി കാണപ്പെട്ടു. പക്ഷേ തന്റെ ഓമനപ്പുത്രന്മാരുടെ മുഖം നീണ്ടിരിക്കുന്നതും കണ്ണു നനഞ്ഞിരിക്കുന്നതും അമ്മയുടെ കണ്ണിൽ പെടാതിരിക്കാൻ നിർവാഹമില്ലായിരുന്നു.

"നേരു പറയിൻ" കോട്ടിലെ മഞ്ഞ് കുടഞ്ഞ് കളഞ്ഞു കൊണ്ട് അവർ ചോദിച്ചു. "എന്തിനാണു വഴക്കിട്ടത്?"

"ഞങ്ങൾ വഴക്കിട്ടില്ല," ചുക്ക് പറഞ്ഞു.

"അതു തീർച്ചയാണ്." ഗെക്കു സ്ഥിരീകരിച്ചു. "ഞങ്ങൾ വഴക്കിടാൻ പോവുകയായിരുന്നു. പിന്നെ വേണ്ടെന്നു വച്ചു."

"അതെനിക്കു പിടിച്ചു." അമ്മ പറഞ്ഞു. അവർ കോട്ടൂരി സോഫയിലിരുന്നു. കട്ടിയുള്ള പച്ച ടിക്കറ്റുകൾ ഒരു വലുതും രണ്ടു ചെറുതും കുട്ടികളെ കാണിച്ചുകൊടുത്തു.

താമസിയാതെ അവൾ അത്താഴം കഴിച്ചു. പിന്നീട് ഒച്ചയെല്ലാം നിന്നു. വിളക്കണച്ചു. അവരെല്ലാവരും കിടന്നു റങ്ങി. കമ്പി വന്ന കാര്യം അമ്മയ്ക്ക് അറിയാൻ വയ്യായി രുന്നു. അതുകൊണ്ട് സ്വാഭാവികമായും അവർ മക്കളോട് അതേപ്പറ്റി ചോദിച്ചില്ല.

* * *

പിറ്റേന്ന് അവർ പുറപ്പെട്ടു. പക്ഷേ രാത്രി വളരെ വൈകിയിട്ടാണ് വണ്ടി സ്റ്റേഷനിൽ നിന്നു നീങ്ങിയത്. അതുകൊണ്ട് ജനാലകളെല്ലാം കറുത്തിരുന്നു. രസമുള്ള യാതൊന്നും ചുക്കും ഗെക്കും കണ്ടില്ല.

രാത്രി ദാഹം തോന്നി ഗെക്ക് ഉണർന്നു. മച്ചിലെ ചെറിയ വിളക്ക് അണച്ചിരുന്നെങ്കിലും ഗെക്കിനു ചുറ്റുമുള്ള സർവ്വതും നീല വെളിച്ചത്തിൽ മുങ്ങിയിരുന്നു. വെളുത്ത മേശവിരിപ്പിന്മേൽ മുകളിലോട്ടും താഴോട്ടും തുള്ളിച്ചാടുന്ന ഗ്ലാസും ഇപ്പോൾ പച്ചയായി തോന്നിച്ച മഞ്ഞ ഓറഞ്ചും ഗാഢനിദ്രയിലാണ്ടിരുന്ന അമ്മയുടെ മുഖവുമെല്ലാം.

മഞ്ഞു പറ്റിയിരുന്ന ജനലിന്നിടയിലൂടെ ഗെക്ക് ചന്ദ്രനെ കണ്ടു- മോസ്ക്കോയിൽ കാണുന്നതുപോലെയായിരുന്നില്ല അത്. വളരെ വലിയ ഒരു ചന്ദ്രബിംബം. ഉയരം

കൂടിയ മലകളുടെ മീതേക്കൂടിയാണ് തീവണ്ടി ഇപ്പോൾ പാഞ്ഞുപൊയ്ക്കൊണ്ടിരിക്കുന്നതെന്ന് അവനു തീർച്ചയുണ്ടായിരുന്നു. അതു കൊണ്ടാണ് ചന്ദ്രനെ ഇത്ര അടുത്ത് കാണാവുന്നത്.

അവൻ അമ്മയെ ഉണർത്തി വെള്ളം ചോദിച്ചു. പക്ഷേ, അമ്മ അതു കൊടുത്തില്ല. അതിനു തക്കതായ കാരണവുമുണ്ടായിരുന്നു. പകരം ഒരു കഷ്ണം ഓറഞ്ച് മുറിച്ചു തിന്നാൻ അവനോടു പറഞ്ഞു.

ഗെക്ക് ആദ്യം ഒരു സീറ്റിലും പിന്നെ രണ്ടാമത്തേതിലും അതു കഴിഞ്ഞു മൂന്നാമത്തേതിലും അങ്ങനെ എല്ലാ സീറ്റുകളിലും മാറിമാറി ഇരുന്ന് അവസാനം വണ്ടിയുടെ അറ്റത്തെത്തി. പക്ഷേ ആ നിമിഷത്തിൽത്തന്നെ കണ്ടക്ടർ വിളക്കുമായി വന്നു. ആളുകൾ ഉറങ്ങുമ്പോൾ ഇത്രയധികം ഒച്ചയുണ്ടാക്കുന്നതിന് അയാൾ ഗെക്കിനെ ശകാരിച്ചു.

കണ്ടക്ടർ പോയ ഉടനെ ഗെക്ക് തന്റെ മുറിയിലേക്ക് വേഗം മടങ്ങി. കുറെ ആയാസപ്പെട്ട് അവൻ കതകു തുറന്നു. അമ്മയെ ഉണർത്താതിരിക്കാൻ അതു സൂക്ഷിച്ചടച്ചു. എന്നിട്ട് മൃദുവായ മെത്തയിലേക്കു ചാടിക്കയറി.

ചുക്ക് മുഴുവൻ മെത്തയിലും നീണ്ടു നിവർന്നു കിടക്കുന്നതു കണ്ടിട്ട് ഒരു വശത്തേക്കു നീക്കിക്കിടത്താൻവേണ്ടി ഗെക്ക് അവനെ തള്ളിമാറ്റി.

അഹോ, ഭയങ്കരം! വെളുത്ത തലമുടിയും തുടുത്ത കവിളുമുള്ള ചുക്കിനു പകരം ഗെക്കു കണ്ടതെന്തിനെന്നോ? ഒരു മീശക്കാരന്റെ കോപിച്ച മുഖം! അവനെ നോക്കി അതു കർക്കശമായി ഗർജ്ജിച്ചു.

"ആരാണെന്നെ തള്ളുന്നത്?"

ഗെക്കിന്റെ നിലവിളി കേട്ട് യാത്രക്കാരെല്ലാം ബെർത്തുകളിൽനിന്ന് ചാടിയിറങ്ങി. ലൈറ്റിട്ടു. താൻ വന്നു കയറിയ

മുറി തെറ്റിപ്പോയെന്നു കണ്ടപ്പോൾ ഗെക്ക് കൂടുതൽ ഉച്ചത്തിൽ നിലവിളിക്കാൻ തുടങ്ങി.

സംഭവിച്ചതെന്താണെന്നു മനസ്സിലായപ്പോൾ ആളുകളെല്ലാം ചിരിച്ചു. മീശക്കാരൻ ട്രൗസറും പട്ടാളക്കുപ്പായവുമിട്ട് ഗെക്കിനെ അവന്റെ മുറിയിൽ കൊണ്ടാക്കി.

ഗെക്ക് മൂടിപ്പുതച്ചു കിടന്നു. അവൻ ശാന്തനായി. വണ്ടി ഇളകിക്കൊണ്ടിരുന്നു. കാറ്റ് ചൂളമടിച്ചു.

വിചിത്രമായ ആ വലിയ ചന്ദ്രബിംബം, തത്തിക്കളിക്കുന്ന ഗ്ലാസിന്മേലും വെളുത്ത മേശവിരിപ്പിൽ കിടക്കുന്ന കടുംമഞ്ഞനിറത്തിലുള്ള ഓറഞ്ചിന്മേലും അമ്മയുടെ മുഖത്തും വീണ്ടും അതിന്റെ നീലവെളിച്ചം വീശിക്കൊണ്ടിരുന്നു. തന്റെ മകനു പറ്റിയ അമളിയൊന്നും അറിയാതെ അമ്മ ഉറക്കത്തിൽ എന്തോ കണ്ട് പുഞ്ചിരിക്കുന്നുണ്ടായിരുന്നു.

ഒടുവിൽ, ഗെക്കും ഉറങ്ങി.

അവനൊരു വിചിത്രസ്വപ്നം കണ്ടു:

ഇളകിക്കൊണ്ടേയിരുന്നു വണ്ടി;
അവനുതോന്നി എവിടെയുമൊച്ചകൾ
ഉയർന്നുകേൾപ്പൂ ദിഗന്തമെങ്ങും-
ഓരോ വണ്ടിച്ചക്രമുയർത്തിയ
സീൽക്കാരധ്വനി പൊങ്ങി വായുവിൽ.
പാഞ്ഞു ഗമിക്കും വണ്ടികൾ മുഴുവൻ
ഏറ്റു പറഞ്ഞൂ എഞ്ചിൻ പല്ലവി.

ഒന്നാമൻ :

മുന്നോട്ടാഞ്ഞു കുതിച്ചേറും!
രാത്രിയിരുട്ട്, നമുക്കു പക്ഷേ
നീണ്ടു നിവർന്നു കിടക്കും പാള-

ത്തിന്നൂടെ മീതെ പാഞ്ഞീടാം.

രണ്ടാമൻ:

തിളക്കമുള്ളൊരു എഞ്ചിൻ നീ

മിന്നുക മിന്നുക ദൂരത്തിൽ

എതിരില്ലാത്തൊരു പെരുമീൻപോലെ

മിന്നുക മിന്നുക തെളിവോടെ.

മൂന്നാമൻ :

ഉയർന്നുപൊങ്ങൂ ജ്വാലകളേ!

കൂവിവിളിക്കു തീവണ്ടി!

കിഴക്കു ദിക്കിനെ നോക്കീ വേഗം

പായട്ടങ്ങനെ ചക്രങ്ങൾ.

നാലാമൻ:

ഒച്ചകളെല്ലാം ഞങ്ങൾ നിറുത്തും

വഴിയുടെയന്ത്യത്തിൽ!

ഉയർന്ന നീലമല കയറുമ്പോൾ

ശബ്ദം നിന്നീടും.

* * *

ഗെക്ക് ഉണർന്നപ്പോൾ ചക്രങ്ങൾ സംസാരം നിർത്തി കാലിന്നിടയിൽ ഒരേ താളത്തിൽ ശബ്ദിച്ചുകൊണ്ടിരുന്നു. മഞ്ഞുറഞ്ഞുകൂടിയ ജനലിന്നിടയിലൂടെ സൂര്യൻ പ്രകാശിച്ചു. ബെർത്തുകളെല്ലാം തട്ടിക്കുടഞ്ഞ് വിരിച്ചിട്ടുണ്ടായിരുന്നു. ചുക്ക് കയ്യും മുഖവും കഴുകി തലകോതിവച്ച് ഒരു ആപ്പിൾ കടിച്ചുകൊണ്ടിരിക്കുകയായിരുന്നു. അമ്മ മീശക്കാരൻ പട്ടാളക്കാരനോടൊപ്പം തുറന്നു കിടന്നിരുന്ന വാതുക്കൽ നിന്നു കൊണ്ട് ഗെക്കിന്റെ രാത്രിയിലെ പരാക്രമങ്ങളെ പ്പറ്റി പറഞ്ഞു ചിരിക്കുകയായിരുന്നു. പട്ടാളക്കാരൻ തന്ന

ഒരു പെൻസിൽ ചുക്ക് ഗെക്കിനെ കാണിച്ചുകൊടുത്തു. വെടിത്തിരക്കൊണ്ടുണ്ടാക്കിയ ഒരു മഞ്ഞത്തൊപ്പി അതിലുണ്ടായിരുന്നു.

പക്ഷേ, ഗെക്കിന് അതുകണ്ട് അസൂയയോ കൊതിയോ തോന്നിയില്ല. ഓരോന്നു കളയുകയും അതുമിതും ആലോചിച്ചു നടക്കുകയും ചെയ്യുകയെന്നതായിരുന്നു അവന്റെ പ്രകൃതം. അവൻ രാത്രി മുറി തെറ്റി കയറിയതോ പോകട്ടെ, തന്റെ ട്രൗസറിട്ടതെവിടെയാണെന്നു പോലും അവന് ഇപ്പോൾ ഓർമ്മയില്ല. പക്ഷേ അവനു നന്നായി പാട്ടു പാടാനറിയാം.

മുഖം കഴുകി അമ്മയെ അഭിനന്ദിച്ചശേഷം അവൻ ജനലിന്റെ തണുത്ത ചില്ലിൽ മുഖമമർത്തി അവൻ കടന്നു പോകുന്ന സ്ഥലങ്ങളേതാണെന്നും അന്നാട്ടുകാർ എന്തു ചെയ്യുന്നുവെന്നും നോക്കി.

ചുക്ക് മുറിതോറും കയറിയിറങ്ങി മറ്റു യാത്രക്കാരുമായി

പരിചയപ്പെട്ടുകയും ഒരു റബ്ബറടപ്പ്, ഒരാണി, ഒരുകഷ്ണം ചരട് എന്നിങ്ങനെ കൊച്ചുകൊച്ചു സമ്മാനങ്ങൾ അവരിൽ നിന്നും സ്വീകരിക്കുകയും ചെയ്തു സമയത്തു ഗെക്ക് ജനലിലൂടെ പലതും കണ്ടു.

ഉദാഹരണത്തിന് ആ കാട്ടിനിടയിൽ ഒരു കുടിലുണ്ടായിരുന്നു. ഷർട്ടും വലിയ രണ്ടു കമ്പിളിച്ചെരുപ്പുകളുമിട്ട ഒരു കൊച്ചു പയ്യൻ ഒരു പൂച്ചയേയും കൊണ്ട് തിണ്ണയിലേക്കു ചാടി. അവൻ അതിനെ ഒരൊറ്റ ഏറ്, പൂച്ച കറങ്ങി വീണ് പൊടിമഞ്ഞിൽ ആണ്ടുപോയി. അത് വിഷമിച്ച് പുറത്തേക്കു വന്ന് ഓടിപ്പോയി.

എന്തിനാണവൻ ആ പൂച്ചയെ അങ്ങനെ എറിഞ്ഞത്? ഒരു പക്ഷേ മേശപ്പുറത്തുനിന്നും അത് വല്ലതുമെടുത്തിരിക്കും. ആ കുടിലും പയ്യനും പൂച്ചയും ഇതിനകം മറഞ്ഞുകഴിഞ്ഞിരുന്നു. പകരം ഒരു പാടത്ത് ഒരു ഫാക്ടറികണ്ടു. പാടം വെളുത്തിരുന്നു. പുകക്കുഴലുകൾ ചുവന്നും പുക കറുത്തും ജനാലകളിലെ വെളിച്ചം മഞ്ഞനിറത്തിലും ഇരുന്നിരുന്നു.

അവർ എന്താണ് ആ ഫാക്ടറിയിലുണ്ടാക്കുന്നത്? പക്ഷേ വരട്ടെ! അതാ ഒരു കാവൽപ്പുര, അതിനടുത്ത് ആട്ടിൻ തോൽക്കോട്ടിട്ട ഒരു കാവൽക്കാരൻ നില്പുണ്ട്, ആ കോട്ട് അയാളുടെ വലിപ്പം വളരെയധികം വർദ്ധിപ്പിച്ചു. അയാളുടെ കയ്യിലെ തോക്ക് ഒരു നേർത്ത വയ്ക്കോൽത്തുമ്പുപോലെ

തോന്നിച്ചു. എന്നുവച്ച് അയാളുടെ അടുത്തെങ്ങും പോകരുതേ!

ഇതാ ഒരു കാട്ടു നൃത്തമാടിക്കൊണ്ടു വരുന്നു. മുമ്പിലുള്ള മരങ്ങൾ അതിവേഗം ചുറ്റിക്കറങ്ങുമ്പോൾ അങ്ങു പുറകിലുള്ളവ മഞ്ഞുനിറഞ്ഞ ഒരു പുഴയിലൂടെ സാവധാനം ഒഴുകിപ്പോകുന്നപോലെ, അങ്ങോട്ടുമിങ്ങോട്ടും പതുക്കെ ഉലഞ്ഞാടിക്കൊണ്ടിരിക്കുന്നു.

ഗെക്ക് ചുക്കിനെ വിളിച്ചു. നിറയെ സമ്മാനങ്ങളുമായി അവൻ അപ്പോൾ മുറിയിൽ മടങ്ങിയെത്തിയതേയുള്ളൂ. ഇപ്പോൾ അവർ ഒരുമിച്ചാണ് ജനലിലൂടെ പുറത്തേക്കു നോക്കിയത്.

ചുരുങ്ങിയത് ഒരു നൂറ് എഞ്ചിനുകളെങ്കിലും പുകവമിക്കുകയും ചീറുകയും ചെയ്തു കൊണ്ട് അങ്ങോട്ടുമിങ്ങോട്ടും പോയ്ക്കൊണ്ടിരുന്ന നല്ല പ്രകാശമുള്ള വലിയ സ്റ്റേഷനുകളേയും മോസ്ക്കോയിലെ അവരുടെ വീട്ടിനടുത്ത തിരിവിലുള്ള പലചരക്കുകടയോളം മാത്രം വലിപ്പമുള്ള കൊച്ചു സ്റ്റേഷനുകളേയും പിന്നിട്ടുകൊണ്ട് വണ്ടി മുന്നോട്ടു പാഞ്ഞു.

അയിരും കൽക്കരിയും വണ്ടിയുടെ പകുതിയോളം വണ്ണം വരുന്ന തടികളും നിറച്ച തീവണ്ടികൾ കടന്നുപോയി.

ഒരിക്കൽ അവരെ പശുക്കളേയും കാളകളേയും നിറച്ച ഒരു വണ്ടി കടന്നുപോയി. നേരിയ ശബ്ദത്തോടുകൂടിയ കൗതുകകരമായ ഒരു കൊച്ചു സാധനമായിരുന്നു എഞ്ചിൻ.

പെട്ടെന്ന് കാളകളിലൊരണ്ണം നീട്ടിയൊന്ന് അമറി. എഞ്ചിൻ ഡ്രൈവർ തിരിഞ്ഞുനോക്കി. ഒരു വലിയ എഞ്ചിൻ പുറകെ വരുന്നുണ്ടെന്ന് ഒരു പക്ഷേ അയാൾ വിചാരിച്ചുകാണും.

ചെറിയൊരു പ്ലാറ്റ് ഫോറത്തിൽ ഒരു ഊക്കൻ കവചിത വാഹനത്തിനു സമീപം അവരുടെ വണ്ടിനിന്നു.

അതിന്റെ എല്ലാ വശത്തുനിന്നും ടാർപ്പോളിനിൽ പൊതിഞ്ഞ തോക്കുകൾ ഭീഷണമായി പുറത്തേക്ക് ഉന്തി നിന്നു. ഉല്ലാസഭരിതരായ ചുവപ്പുസേനക്കാർ ചിരിക്കുകയും തണുപ്പുപോകാൻ വേണ്ടി നിലത്തു ചവിട്ടുകയും ഉറയിട്ട കൈകൾ കൂട്ടിയിടിക്കുകയും ചെയ്തുകൊണ്ട് അതിനു ചുറ്റും നില്പുണ്ടായിരുന്നു.

പക്ഷേ തുകൽക്കോട്ടിട്ട ഒരാൾ മാത്രം ഒന്നും മിണ്ടാതെ ചിന്താമഗ്നനായി വണ്ടിയുടെയടുത്തു നിൽക്കുന്നുണ്ടായിരുന്നു. ഇതവരുടെ കമാണ്ടറായിരിക്കുമെന്നും കല്പനയ്ക്കുവേണ്ടി അയാൾ കാത്തിരിക്കുകയാണെന്നും ചുക്കും ഗെക്കും തീരുമാനിച്ചു.

അങ്ങനെ പലതും അവർ വഴിക്കു കണ്ടു. വെളിയിൽ കൊടുങ്കാറ്റ് അടിച്ചുകൊണ്ടിരുന്നതും ജനാലകളിൽ മഞ്ഞു

മൂടിയതും കഷ്ടമായിപ്പോയെന്നുമാത്രം.

അവസാനം ഒരു സുപ്രഭാതത്തിൽ അവരുടെ വണ്ടി ഒരു കൊച്ചു സ്റ്റേഷനിൽ വന്നുനിന്നു.

അമ്മ ചുക്കിനേയും ഗെക്കിനേയും പ്ലാറ്റ്ഫോറത്തിലിറക്കുകയും പട്ടാളക്കാരന്റെ കയ്യിൽ നിന്നു സാമാനം വാങ്ങുകയും ചെയ്തപ്പോഴേക്കും വണ്ടി നീങ്ങി.

കെട്ടുകളെല്ലാം മഞ്ഞിലിട്ടു. മരം കൊണ്ടു കെട്ടിയ ആ പ്ലാറ്റ്ഫോറത്തിൽ നിന്ന് താമസിയാതെ ആളൊഴിഞ്ഞു. പക്ഷേ അച്ഛനെ അവിടെങ്ങും കണ്ടില്ല. അമ്മയ്ക്ക് അച്ഛനോട് കലശലായ ദേഷ്യം തോന്നി. കുട്ടികളെ കെട്ടുകൾക്കടുത്തു നിർത്തിയിട്ട് അവർ ഹിമവണ്ടിക്കാരുടെയടുത്തേക്കു പോയി. അവർക്കായി ഏതു വണ്ടിയാണ് അയച്ചിട്ടുള്ളതെന്നറിയാൻ. കാരണം, അച്ഛന്റെ പാർപ്പിടത്തിലെത്താൻ അവർക്ക് ഇനിയും തൈഗയിൽക്കൂടി ഒരു നൂറു കിലോമീറ്റർ പോകേണ്ടിയിരുന്നു. അമ്മ പോയിട്ടു നേരം കുറച്ചായി.

അതിനിടയിൽ കാഴ്ചയിൽ ദുഷ്ടനെന്നു തോന്നിക്കുന്ന ഒരാട് അവിടെ പ്രത്യക്ഷപ്പെട്ടു. ആദ്യം അത് ഉറഞ്ഞ മഞ്ഞുമൂടിക്കിടന്നിരുന്ന ഒരു തടിക്കഷ്ണത്തിന്റെ തൊലി കടിച്ചുനോക്കി. പിന്നീടത് ദേഷ്യത്തിൽ ഒന്നു കരഞ്ഞിട്ട് ചുക്കിനേയും ഗെക്കിനേയും തുറിച്ചു നോക്കാൻ തുടങ്ങി.

ചുക്കും ഗെക്കും പെട്ടെന്ന് കെട്ടുകൾക്കു പിന്നിൽ ഒളിച്ചു. ഇവിടങ്ങളുടെ ആടുകൾക്ക് വേണ്ടതെന്താണെന്ന് ആരു കണ്ടു!

പക്ഷേ അപ്പോഴേക്കും അമ്മ വന്നു. അവർ വളരെ ദുഃഖിതയായി കാണപ്പെട്ടു. മിക്കവാറും അച്ഛന് അവരുടെ കമ്പികിട്ടിക്കാണുകയില്ലെന്നും അതുകൊണ്ട് അവർക്കുവേണ്ടി സ്റ്റേഷനിലേക്ക് ഹിമവണ്ടി അയച്ചിട്ടില്ലെന്നും അമ്മ പറഞ്ഞു.

അവർ ഒരു ഹിമവണ്ടിക്കാരനെ വിളിച്ചു. അയാൾ നീണ്ട ചാട്ടകൊണ്ട് ആടിന്റെ പുറത്തടിച്ചു. പിന്നീട് കെട്ടുകൾ

പൊക്കിയെടുത്ത് സ്റ്റേഷനകത്തുള്ള ഭോജനശാലയിലേക്ക് പോയി.

ഭോജനശാല വളരെ ചെറുതായിരുന്നു. കൗണ്ടറിന്റെ പുറകിൽ ചുക്കിനോളം വലിപ്പമുള്ള ഒരു തടിച്ച സമൊവാർ (ചായ തിളപ്പിക്കുന്ന പാത്രം) ഹൂൽക്കാര ശബ്ദം പുറപ്പെടുവിച്ചുകൊണ്ടിരുന്നിരുന്നു. അത് വിറയ്ക്കുകയും കൂവിവിളിക്കുകയും ചെയ്തുകൊണ്ടിരുന്നു. അതിൽ നിന്നും കട്ടിയുള്ള ആവി മേഘം പോലെ പലകയടിച്ച മച്ചിലേക്കുയർന്നു. തണുപ്പിൽ നിന്നും അഭയം കണ്ടെത്തിയ കുറെ കൊച്ചു കുരുവികൾ അവിടിരുന്നു ചിലയ്ക്കുന്നുണ്ടായിരുന്നു.

ചുക്കും ഗെക്കും ചായ കുടിച്ചുകൊണ്ടിരിക്കുമ്പോൾ അമ്മ ഹിമവണ്ടിക്കാരനുമായി വിലപേശി. തൈഗയിലൂടെ ഉദ്ദിഷ്ട സ്ഥലത്ത് അവരെ കൊണ്ടെത്തിക്കാൻ അയാൾ വലിയൊരു തുക ആവശ്യപ്പെട്ടു. നൂറു റൂബിൾ. പക്ഷേ ആലോചിച്ചു നോക്കിയാൽ വളരെ ദൂരെയായിരുന്നു ആ സ്ഥലം. ഒടുവിൽ അവർ കൂലിയുടെ കാര്യത്തിൽ യോജിപ്പിലെത്തുകയും

വണ്ടിക്കാരൻ റൊട്ടിയും വയ്ക്കോലും ആട്ടിൻതോൽ കരിമ്പടവുമെടുക്കാൻ അയാളുടെ വീട്ടിലേക്കു പോവുകയും ചെയ്തു.

"നമ്മൾ വന്ന കാര്യം അച്ഛന് അറിയാൻപോലും പാടില്ല", അമ്മ പറഞ്ഞു. "നമ്മളെ കാണുമ്പോൾ അച്ഛന് എന്തൊരു അത്ഭുതവും സന്തോഷവുമായിരിക്കും!"

"ശരിയാണ്" ചായകുടിച്ചുകൊണ്ടിരിക്കുന്നതിനിട യിൽ ചുക്ക് വളരെ ഗൗരവത്തോടെ പറഞ്ഞു. "എനിക്കും അത്ഭുതവും സന്തോഷവുമുണ്ടാവും."

"എനിക്കും," ഗെക്ക പറഞ്ഞു. "ഞാനൊരു കാര്യം പറയാം. നമുക്ക് പതുങ്ങിപ്പതുങ്ങി അവിടെ ചെല്ലാം. അച്ഛൻ പുറത്തെവിടെയെങ്കിലുമാണെങ്കിൽ നമുക്ക് കെട്ടുകൾ ഒളിച്ചു വച്ചിട്ട് കട്ടിലിനിടയിൽ പതുങ്ങിയിരിക്കാം. അച്ഛൻ വന്ന് അതിന്മേലിരിക്കും. നമ്മൾ ശ്വാസം പിടിച്ചിരിക്കുകയായി രിക്കും. പെട്ടെന്ന് നമ്മൾ ഉറക്കെ ഒച്ചയിടും!"

"ഞാൻ ഒരു കട്ടിലിന്റെ ചുവട്ടിലും പതുങ്ങിയിരിക്കാനോ

ഒച്ചയിടാനോ പോകുന്നില്ല." അമ്മ പറഞ്ഞു. "നിങ്ങൾ പതുങ്ങിയിരിക്കുകയോ ഒച്ചവെയ്ക്കുകയോ എന്തു വേണമെങ്കിലും ചെയ്തോളിൻ, ചുക്ക്, നീ എന്തിനാണ് പോക്കറ്റിൽ പഞ്ചസാരയിടുന്നത്? അല്ലെങ്കിൽത്തന്നെ അതു രണ്ടും നിറഞ്ഞിരിക്കുകയാണ്. കണ്ണിൽക്കണ്ട ചപ്പും ചവറുമെല്ലാം നീ പെറുക്കിയിട്ടിട്ടുണ്ട്."

"കുതിരയ്ക്കു കൊടുക്കാനാണമ്മേ." ചുക്ക് ശാന്തമായി പറഞ്ഞു. "ഗെക്ക്, നീയും ഒരു ബൺ കയ്യിലെടുത്തോ, നീ ഒന്നും കയ്യിലെടുക്കില്ല. എന്നിട്ടെപ്പോഴും എന്നോടു ചോദിക്കും.

താമസിയാതെ വണ്ടിക്കാരൻ വന്നു. വിസ്താരമുള്ള ഹിമവണ്ടിയിലേക്ക് കെട്ടുകൾ കയറ്റി. അടിയിൽ വയ്ക്കോൽ വിരിച്ചു. കുട്ടികളെ അകത്തു കയറ്റി. കമ്പിളിക്കൊണ്ടും ആട്ടിൻ തോൽ കരിമ്പടം കൊണ്ടും മൂടി.

വൻനഗരങ്ങളോടും ഫാക്ടറികളോടും സ്റ്റേഷനുകളോടും ഗ്രാമങ്ങളോടും കുഗ്രാമങ്ങളോടും അവർ വിടവാങ്ങി. കുറ്റിക്കാടുകളുടേയും കുന്നുകളുടേയും ഇടതൂർന്ന് ഇരുണ്ടുനിൽക്കുന്ന കാടുകളുടേയും നാടാണു മുന്നിൽക്കിടക്കുന്നത്.

* * *

നേരമിരുട്ടുന്നതുവരെ അവർ ആഹ്ലാദത്തോടെ വണ്ടിയോടിച്ചുപോയി. മൂത്തനരച്ച തൈഗയുടെ മനോഹാരിത അവർ വായും പൊളിച്ച് അത്ഭുതത്തോടെ കണ്ടു. പക്ഷേ വണ്ടിക്കാരന്റെ പുറം കാരണം വഴി ശരിക്കു കാണാൻ വയ്യാതിരുന്ന ചുക്ക് അപ്പോഴേക്കും അസ്വസ്ഥനായി. ഒരു ബണ്ണോ അപ്പമോ വേണമെന്ന് അവൻ അമ്മയോടു പറഞ്ഞു.

അമ്മ അവന് രണ്ടും കൊടുത്തില്ല. അവൻ മുഖം വീർപ്പിച്ചിരുന്നു. മറ്റൊന്നും ചെയ്യാൻ കാണാതെ അവൻ ഗെക്കിനെ

ഹിമവണ്ടിയുടെ വക്കത്തേക്ക് ഉന്താൻ തുടങ്ങി.

ഗെക്ക് ആദ്യമൊക്കെ ക്ഷമിച്ചു. പക്ഷേ കുറെ കഴിഞ്ഞപ്പോൾ ക്ഷമയറ്റ് അവൻ ചുക്കിന്റെ നേരെ ചാടിവീണു. കനത്ത ആട്ടിൽ തോൽ കരിമ്പടം കാരണം അവർക്കു കയ്യെടുക്കാൻ കഴിഞ്ഞില്ല. കനത്ത തൊപ്പിയിട്ട തല അന്യോന്യം കൂട്ടിമുട്ടിക്കാൻ മാത്രമേ അവർക്കു കഴിഞ്ഞുള്ളൂ.

അമ്മ അവരെ നോക്കി ചിരിച്ചു. വണ്ടിക്കാരൻ കുതിരകളെ ചാട്ടകൊണ്ടടിച്ചു. അവ കുതിച്ചു പാഞ്ഞു.

മൃദുവായ രോമം കൊണ്ടുമൂടിയ രണ്ടു വെളുത്ത മുയലുകൾ വഴിയുടെ നടുവിലേക്കു ചാടിവന്നു നൃത്തം ചവിട്ടാൻ തുടങ്ങി.

"ഹോ! ഒ–ഹോ–ഹോ!" വണ്ടിക്കാരൻ വിളിച്ചുപറഞ്ഞു. "ഓടിപ്പോകിൻ. അല്ലെങ്കിൽ വണ്ടി നിങ്ങളുടെ മേൽ കയറും!!

കുസൃതിക്കാരായ ആ മുയലുകൾ കുറ്റിക്കാട്ടിനുള്ളിലേക്ക് ഓടി മറഞ്ഞു.

തണുത്ത കാറ്റ് തുളച്ചുകയറുന്നവണ്ണം അവരുടെ മുഖത്തടിച്ചു. ചുക്കിനും ഗെക്കിനും പരസ്പരം കെട്ടിപ്പിടിക്കാതിരിക്കാൻ തരമില്ലായിരുന്നു. ഹിമവണ്ടി കുന്നിൻ മുകളിൽ നിന്നു തൈഗയിലൂടെ താഴോട്ടു പാഞ്ഞു. അവർ സമീപിച്ചുകൊണ്ടിരുന്ന നീലമലയുടെ മുകളിൽ സാവധാനത്തിൽ

ഉദിച്ചുയർന്ന ചന്ദ്രബിംബത്തിന്റെ നേർക്കാണതു പാഞ്ഞത്.

പെട്ടെന്ന്, മഞ്ഞിൽപൊതിഞ്ഞ ചെറിയൊരു കുടിലിന്നടുത്ത് കുതിരകൾ സ്വയമേവ നിന്നു.

"ഇവിടെയാണു നമ്മൾ രാത്രി ചിലവഴിക്കുന്നത്."

ഹിമവണ്ടിയിൽ നിന്നു ചാടിയിറങ്ങിക്കൊണ്ട് വണ്ടിക്കാരൻ പറഞ്ഞു."ഇത് നമ്മുടെ താവളമാണ്."

കുടിൽ ചെറുതാണെങ്കിലും ഉറപ്പുള്ളതായിരുന്നു. അവിടെ ആൾപ്പാർപ്പുണ്ടായിരുന്നില്ല.

താമസിയാതെ വെള്ളം അടുപ്പത്തു വച്ചു. വണ്ടിക്കാരൻ ഒരു കുടയിൽ കുറെ ഭക്ഷണം കൊണ്ടുവന്നു.

ആ സോസേജ് കൊണ്ട് ആണി തറയ്ക്കും. അത്രയ്ക്ക് കട്ടിയായും മരവിച്ചുമാണ് അതിരുന്നിരുന്നത്. അവർ അതു തിളയ്ക്കുന്ന വെള്ളത്തിലിട്ടു കുതിർത്തു. റൊട്ടിക്കഷ്ണങ്ങൾ അടുപ്പത്തു വച്ചു ചൂടാക്കി.

അടുപ്പിന്റെ പുറകിൽ തപ്പിനോക്കിയപ്പോൾ ചുക്കിന് ഒരു തുണ്ട് വളഞ്ഞ സ്പ്രിംഗു കിട്ടി. ജന്തുക്കളെ പിടിക്കാനുള്ള

കെണിയുടെ ഭാഗമാണതെന്ന് വണ്ടിക്കാരൻ അവനോടു പറഞ്ഞു.

ആ തുരുമ്പുപിടിച്ച സ്പ്രിംഗ് ആരും ഉപയോഗിച്ചിരുന്നില്ലെന്നു സ്പഷ്ടമായിരുന്നു. അതു തുടക്കത്തിൽത്തന്നെ ചുക്കിനു മനസ്സിലായി.

അത്താഴം കഴിഞ്ഞ് അവർ ഉറങ്ങാൻ കിടന്നു. ഭിത്തിക്കരികിൽ വീതികൂടിയ ഒരു മരക്കട്ടിൽ കിടപ്പുണ്ടായിരുന്നു. ഉണങ്ങിയ ഇലകൾ കൂമ്പാരമിട്ടുകൂട്ടിയുണ്ടാക്കിയതായിരുന്നു അതിലെ മെത്ത. ഗെക്ക് ഭിത്തിയോടു ചേർന്നോ നടുക്കോ കിടക്കാൻ ഇഷ്ടപ്പെട്ടില്ല. വക്കത്ത്. കിടക്കാനായിരുന്നു അവന് ഇഷ്ടം. "രാരിരാരോ മോനുറങ്ങ് കണ്ണില്ലുണ്ണീ കണ്ണടയ്ക്ക്, കിടക്കല്ലെ കിടക്കേടെ പുറത്തറ്റത്ത്" എന്ന കൊച്ചു താരാട്ടു പാട്ടു പാടി തന്നെ കുഞ്ഞുന്നാളിൽ ഉറക്കിയിരുന്ന കാര്യം അവനിപ്പോഴും ഓർമ്മയുണ്ടായിരുന്നെങ്കിലും അവനെപ്പോഴും പുറത്തെ അറ്റത്താണ് കിടന്നുറങ്ങിയിരുന്നത്.

നടുക്കു കിടത്തിയാൽ അവൻ കൂടെ കിടക്കുന്നവരുടെ ദേഹത്തുനിന്നു പുതപ്പു വലിച്ചുമാറ്റി കൈമുട്ടുകൊണ്ട് അവരെ കുത്തുകയും ചുക്കിന്റെ വയറ്റിൽ കാൽമുട്ടി അമർത്തുകയും ചെയ്യുമെന്ന് തീർച്ച.

അവർ വസ്ത്രം മാറ്റാതെ ഉറങ്ങാൻ കിടക്കുകയും ആട്ടിൻ തോൽ കരിമ്പടംകൊണ്ടു പുതയ്ക്കുകയും ചെയ്തു. ചുക്ക് ഭിത്തിയോടു ചേർന്നു കിടന്നു. അമ്മ നടുക്കും ഗെക്ക് പുറത്തെ അറ്റത്തും കിടന്നു.

വണ്ടിക്കാരൻ മെഴുകുതിരി ഊതിക്കെടുത്തി അടുപ്പിന്റെ മുകളിലുള്ള തട്ടിൽ കയറിക്കിടന്നു. അവരെല്ലാവരും അപ്പോൾതന്നെ ഉറങ്ങി. പക്ഷേ രാത്രിയിൽ ഗെക്ക് പതിവുപോലെ ദാഹിച്ചുണർന്നു.

പകുതി ഉറക്കത്തിൽ അവൻ കമ്പളിച്ചെരിപ്പിട്ട് മേശവരെ നടന്നുചെന്ന് ചായപ്പാത്രത്തിൽ നിന്നു കുറെ വെള്ളം കുടിച്ചു. പിന്നീട് ജനലിന്നടുത്ത് ഒരു സ്റ്റൂളിൽ പോയി ഇരുന്നു.

ചന്ദ്രൻ മേഘങ്ങൾക്കിടയിൽ മറഞ്ഞിരുന്നു. മഞ്ഞുറഞ്ഞു വീണ ജനാലയുടെ ചില്ലുകൾക്കിടയിലൂടെ നോക്കിയപ്പോൾ പുറത്തെ ഹിമക്കൂമ്പാരങ്ങൾക്ക് കരിനീലനിറം തോന്നിച്ചു.

"അച്ഛൻ എത്തിയിരിക്കുന്നത് ഏതാണ്ട് ഭൂമിയുടെ അറ്റത്താണെന്നു തോന്നുന്നു!"

ഇതിലും ദൂരമുള്ള സ്ഥലങ്ങൾ അധികം കാണുകയില്ലെന്ന് ഗെക്കിനു തോന്നി.

പെട്ടെന്നവൻ തല പൊക്കി. ജനലിന്റെ പുറത്ത് ആരോ മുട്ടുന്നതു കേട്ടപോലെ അവനു തോന്നി. അല്ല, മുട്ടല്ല, ആരുടെയോ കനത്ത കാലടിക്കീഴിൽ മഞ്ഞു പൊടിയുന്ന ശബ്ദം പോലെയാണ് അതിരുന്നത്. അതെ, അതുതന്നെ! പുറത്ത് ഇരുട്ടിൽ എന്തോ ഒന്ന് നിശ്വസിക്കുന്നു, അനങ്ങുന്നു,

കാലനക്കുന്നു. അതൊരു കരടിയാണെന്നു ഗെക്കിനു തീർച്ചയായി.

"ദുഷ്ടനായ കരടി! നിനക്കെന്തു വേണം? അച്ഛന്റെ അടുത്തെത്താൻ ഞങ്ങൾ എത്ര നാളെടുത്തു. എന്നിട്ട് ഇനി ഒരിക്കലും അച്ഛനെ കാണാതിരിക്കാൻവേണ്ടി ഞങ്ങളെ തിന്നാനാണു നിന്റെ ഭാവം. ഓ, അതുവേണ്ട! ആരെങ്കിലും ഉന്നം പിഴയ്ക്കാത്ത തോക്കുകൊണ്ട് നിന്നെ വെടിവച്ചിടുകയോ കൂർത്തവാള് നിന്റെ മേൽ കുത്തിയിറക്കുകയോ ചെയ്യുന്നതിനു മുമ്പ് സ്ഥലം വിടുകയാണു നല്ലത്."

വീതി കുറഞ്ഞ ജനാലയുടെ മഞ്ഞുറഞ്ഞുമൂടിയ ചില്ലിൽ മുഖം അമർത്തി നിന്നിരുന്ന ഗെക്ക് മൂക്കിൽ ക്കൂടിയാണ് ഈ വാക്കുകൾ പറഞ്ഞത്. അവനു ഭയവും ജിജ്ഞാസയും തോന്നി.

പക്ഷേ, ആ നിമിഷത്തിൽ ചന്ദ്രബിംബം അതിവേഗം നീങ്ങിക്കൊണ്ടിരുന്ന മേഘങ്ങളുടെ പിന്നിൽനിന്നു പുറത്തുവന്നു. കരിനീലനിറം തോന്നിച്ചിരുന്ന മഞ്ഞുകൂനകൾ വെൺനിറം പൂണ്ടു. കരടിയാണെന്നു വിചാരിച്ചിരുന്നതു കരടിയേയല്ലെന്ന് ഗെക്കിനു മനസ്സിലായി. കെട്ടഴിഞ്ഞ അവരുടെ കുതിര ഹിമവണ്ടിക്കു ചുറ്റും നടന്ന് അതിലൂടെ വയ്ക്കോൽ കടിച്ചുചവയ്ക്കുകയായിരുന്നു.

ഗെക്കിനു നിരാശയായി. അവൻ വീണ്ടും കരിമ്പടത്തിനടിയിലേക്കു ഇഴഞ്ഞു കയറി. അസുഖകരമായ ചിന്തകൾ അവന്റെ മനസ്സിലുണ്ടായിരുന്നതു കൊണ്ട് അവൻ അസുഖകരമായ ഒരു സ്വപ്നം കണ്ടു.

വിചിത്രമായൊരു സ്വപ്നം കണ്ടു
ഗെക്കതുകണ്ടുഭയന്നു വിറച്ചു.
നരഭുക്കായൊരു രാക്ഷസഹീനൻ

കത്തിയെരിക്കും തീയും തുപ്പി
ഉരുക്കുമുഷ്ടികൾ രണ്ടും വീശി
ഇളിച്ചുകാട്ടി നില്പുണ്ടവിടെ.
ആളിക്കത്തും ജ്വാലകൾ പിന്നി-
ട്ടണിയണിയായാ പട്ടാളക്കാർ
അടിവച്ചടിവച്ചേറീ മഞ്ഞിൽ
സാനിക്കൊടിയും പേറിക്കൊണ്ട്.

"ഹേ, നിൽക്ക്!" ഗെക്ക് അവരുടെ നേരെ വിളിച്ചുപറഞ്ഞു. "നിങ്ങൾ തെറ്റായ വഴിക്കാണ് പോകുന്നത്! ഈ വഴി വരാൻ പാടില്ല!"

പക്ഷേ, ആരും നിന്നില്ല. ഗെക്ക പറഞ്ഞത് ആരും ശ്രദ്ധിച്ചില്ല.

അവൻ കുപിതനായി ചുക്കിന്റെ പെട്ടിയിൽ സൂക്ഷിച്ചുവച്ചിരുന്ന തകരബ്യൂഗിളെടുത്ത് ഉറക്കെ വിളിച്ചു. ആലോചനയിൽ മുഴുകിയിരുന്ന കവചിതവാഹനത്തിന്റെ കമാണ്ടർ പെട്ടെന്നു തലപൊക്കി നോക്കി. അയാൾ ആജ്ഞാരൂപത്തിൽ കൈ വീശി. അയാളുടെ ഉഗ്രമായ കുറ്റൻ തോക്കുകൾ

ഒന്നിച്ച ഗർജ്ജിച്ചു.

"ഭേഷ്!" ഗെക്ക് സന്തോഷത്തോടെ ആർത്തുവിളിച്ചു. "അവർക്ക കുറേക്കൂടി കൊടുക്കു! ഒന്നു പോരാ!"

* * *

തന്റെ രണ്ട് ഓമനപ്പുത്രന്മാർ തിരിയുകയും മറിയുകയും ചെയ്യതോടെ അമ്മ ഉണർന്നു.

അവർ ചുക്കിന്റെ നേരെ തിരിഞ്ഞു. ബലമുള്ള കൂർത്ത എന്തോ ഒന്ന് അവരുടെ പള്ളയിൽ മുട്ടി. അവർ തപ്പിനോക്കി അതു പുറത്തേക്കു വലിച്ചെടുത്തു. കെണിയുടെ സ്പ്രിംഗായിരുന്നു അത്. പിടിപ്പുള്ള ചുക്ക് അതും കൊണ്ടാണ് കിടന്നത്.

അമ്മ അത് മെത്തയുടെ പിന്നിലേക്കിട്ടു. അടുത്തതായി അവർ നിലാവെളിച്ചത്തിൽ ഗെക്കിന്റെ മുഖത്തു നോക്കി. അവൻ ദുസ്വപ്നം കാണുകയാണെന്ന് അവർക്കു മനസ്സിലായി.

സ്വപ്നം ഒരു സ്പ്രിംഗല്ലല്ലൊ. അതിനെ ദൂരെയെറിയാൻ പറ്റില്ല. പക്ഷേ അതിനെ ഊതിയകറ്റാൻ പറ്റും. അവരതു കൊണ്ട് അവനെ ചരിച്ചു കിടത്തി പതുക്കെ ആട്ടിക്കൊണ്ട് ആ കരുവാളിച്ച നെറ്റിത്തടത്തിൽ ഊതി.

താമസിയാതെ ഗെക്ക് ചുണ്ടനക്കുകയും പുഞ്ചിരിക്കുകയും ചെയ്തു. അവന്റെ ദുസ്വപ്നം അകന്നുപോയെന്നർത്ഥം.

അതുകഴിഞ്ഞ് അമ്മ മെത്തയിൽനിന്നും എഴുന്നേറ്റ് ഉറയിട്ട കാലുകൾ നിലത്തു ചവിട്ടി ജനലിനരികിലേക്കു നടന്നു.

നേരം പുലർന്നിരുന്നില്ല. ആകാശം നിറയെ നക്ഷത്രങ്ങൾ മിന്നുന്നുണ്ടായിരുന്നു. അവയിൽ ചിലത് വളരെയകലെയാണു മിന്നിക്കൊണ്ടിരുന്നത്. മറ്റു ചിലത് തൈഗയുടെ

നേരെ മുകളിൽ തൂങ്ങിക്കിടക്കുകയാണെന്നു തോന്നി.

അത്ഭുതമെന്നേ പറയേണ്ടൂ! കൊച്ചു ഗെക്കു ഇരുന്ന സ്ഥലത്തിരുന്നപ്പോൾ അവന്റെ മനസ്സിലൂടെ കടന്നുപോയ അതേ ചിന്തയാണ് അവരിലുമുണ്ടായത്: തന്റെ സാഹസികനായ ഭർത്താവു വന്നെത്തിയിട്ടുള്ള ഈ സ്ഥലത്തേക്കാൾ അകലെയായി ലോകത്ത് അധികമിടങ്ങൾ കാണാൻ വഴിയില്ല, തീർച്ച.

* * *

പിറ്റേന്നു മുഴുവനും അവർ കാട്ടുകളിലൂടെയും കുന്നുകളുടെ മീതേ കൂടിയും യാത്ര ചെയ്തു. കുന്നു കയറാൻ നേരത്ത് വണ്ടിക്കാരൻ താഴെയിറങ്ങി മഞ്ഞിലൂടെ വണ്ടിക്കരികിൽ നടക്കും നേരെ മറിച്ച് കുത്തനെയുള്ള ഇറക്കത്തിൽ അവരുടെ വണ്ടിഅതിവേഗം പാഞ്ഞു. തങ്ങളുടെ ഹിമവണ്ടിയും കുതിരകളുമെല്ലാം തന്നെ മാനത്തുനിന്നും പൊട്ടിവീഴുകയാണോ എന്ന് ചുക്കിനും ഗെക്കിനും തോന്നി.

ഒടുവിൽ, ഉച്ചതിരിഞ്ഞ് - യാത്രക്കാരും കുതിരകളും

അപ്പോഴും ഒരു പോലെ തളർന്നിരുന്ന - വണ്ടിക്കാരൻ പറഞ്ഞു:

"നമ്മളെത്തി! അക്കാണുന്ന സ്ഥലത്ത് ഒരു തിരിവുണ്ട്. അതിനപ്പുറത്തുള്ള മൈതാനത്താണു താവളം."

സന്തോഷിച്ച് ആർത്തുവിളിച്ചുകൊണ്ട് ചുക്കും ഗെക്കും ചാടിയെഴുന്നേറ്റു. ആ നിമിഷം വണ്ടി ഇളകുകയും അവർ രണ്ടുപേരും വയ്ക്കോലിലേക്ക് ഉരുണ്ടുവീഴുകയും ചെയ്തു.

പുഞ്ചിരിച്ചുകൊണ്ട് അമ്മ രോമത്തൊപ്പിയുടെ മുകളിൽ കെട്ടിയിരുന്ന കമ്പിളിപ്പുതപ്പ് പുറകോട്ടിട്ടു.

തിരിച്ചെത്തി. വണ്ടി ഉഷാറോടെ തിരിഞ്ഞ് മൂന്നു ചെറിയ വീടുകളുടെ മുമ്പിൽ വന്നു നിന്നു. കാട്ടിൽ കാറ്റടിയേൽക്കാത്ത ഒരു ചെറിയ വെളിപ്രദേശത്താണ് അവ നിന്നിരുന്നത്.

അത്ഭുതം! ഒരൊറ്റ പട്ടിപോലും കുരച്ചില്ല. ഒരു മനുഷ്യജീവിയെ അവിടെങ്ങും കാണാനില്ലായിരുന്നു.

പുകക്കുഴലുകളിൽ നിന്നും പുക പൊങ്ങുന്നുണ്ടായിരുന്നില്ല. വഴികളെല്ലാം കനത്തിൽ മഞ്ഞു മൂടിക്കിടന്നിരുന്നു. ശീതകാലത്തെ ശ്മശാന മൂകത അവിടെ കളിയാടി. മരച്ചില്ലകൾ തോറും വിവരമില്ലാതെ തത്തിതത്തിനടന്നിരുന്ന, കറുപ്പും വെളുപ്പും ഇടകലർന്ന കുറെ പക്ഷികളാണ് ജീവജാലമായിട്ട് അവിടെ ആകെയുണ്ടായിരുന്നത്.

"സ്ഥലമിതാണെന്നു തീർച്ചയാണോ?" ഭയമാർന്ന സ്വരത്തിൽ അമ്മ വണ്ടിക്കാരനോടു ചോദിച്ചു.

"സ്ഥലമിതുതന്നെ." അയാൾ പറഞ്ഞു. "അക്കാണുന്ന മൂന്നു വീടുകൾ ചേർന്നതാണ് ഭൂഗർഭ ഗവേഷണകേന്ദ്രം നമ്പർ 3. കണ്ടില്ലേ അവിടെ ഒരു കുറ്റിയിൽ അതിന്റെ ബോർഡ്? നിങ്ങൾക്കൊരുപക്ഷേ കേന്ദ്രം നമ്പർ 7 ലായിരിക്കുമോ പോകേണ്ടത്? ആണെങ്കിൽ അതിനു മറ്റേ

വഴിക്ക് ഇരുന്നൂറ് കിലോമീറ്ററോളം പോകണം"

"അല്ലല്ല," ബോർഡിൽ തുറിച്ചുനോക്കിക്കൊണ്ട് അമ്മ പറഞ്ഞു. "ഞങ്ങൾക്കു വരേണ്ടത് ഇവിടെത്തന്നെയാണ്. പക്ഷേ കതകുകളെല്ലാം പൂട്ടിയിട്ടിരിക്കുയാണല്ലോ. വരാന്തകളിൽ മഞ്ഞു കിടക്കുന്നു. അവരൊക്കെ എവിടെപ്പോയി ആവോ?

"അതെനിക്കറിയാൻ പാടില്ല." വണ്ടിക്കാരൻ അമ്പരപ്പോടെ പറഞ്ഞു. "കഴിഞ്ഞ ആഴ്ചയാണ് ഞങ്ങളിവിടെ സാമാനങ്ങൾ കൊണ്ടുവന്നുകൊടുത്തത്- കുറേ ഗോതമ്പുമാവും ഉള്ളിയും ഉരുളക്കിഴങ്ങും, ആളുകളെല്ലാവരും ഇവിടുണ്ടായിരുന്നു. പ്രധാനിയേയും സൂക്ഷിപ്പുകാരനേയും കൂടാതെ എട്ടുപേർ. ഇതെന്തൊരു കൂത്ത്! അവരെയെല്ലാവരേയും ചെന്നായ തിന്നിരിക്കാനിടയില്ല. നിങ്ങളിവിടെ നിൽക്കിൻ. ഞാൻ സൂക്ഷിപ്പുകാരന്റെ വീട്ടിൽപ്പോയി നോക്കട്ടെ."

ആട്ടിൻതോൽ കരിമ്പടം മാറ്റിയിട്ട് വണ്ടിക്കാരൻ ഏറ്റവും അകലെയുള്ള കുടിലിലേക്ക് മഞ്ഞിലൂടെ നടന്നു.

താമസിയാതെ അയാൾ മടങ്ങിവന്നു.

"അവിടെ ആളില്ല. പക്ഷേ അടുപ്പിന് ഇപ്പോഴും ചൂടുണ്ട്. സൂക്ഷിപ്പുകാരൻ അടുത്തെവിടെയെങ്കിലും കാണും. ഒരു പക്ഷേ അയാൾ വേട്ടയ്ക്കു പോയിരിക്കുകയായിരിക്കും. രാത്രിയാകുന്നതിനു മുമ്പ് അയാൾ തിരിച്ചെത്തി നിങ്ങൾക്കറിയേണ്ടതെല്ലാം പറയും."

"അയാൾക്കെന്താണു പറയാൻ കഴിയുക?" അമ്മ പറഞ്ഞു. "ആളുകൾ പോയിട്ടു കുറെ നാളായെന്ന് എനിക്കു തന്നെ കാണാമല്ലോ."

"അയാൾ എന്തു പറയുമെന്ന് എനിക്കറിഞ്ഞുകൂടാ."

വണ്ടിക്കാരൻ പറഞ്ഞു. "പക്ഷേ, സൂക്ഷിപ്പുകാരനായതുകൊണ്ട് അയാൾ എന്തെങ്കിലും പറയും.

അവർ വളരെ വിഷമിച്ച് സൂക്ഷിപ്പുകാരന്റെ കുടിലിന്റെ വരാന്തവരെ വണ്ടിയോടിച്ചു ചെന്നു. അവിടുന്ന് ഒരു ഊടുവഴി കാട്ടിനുള്ളിലേക്കു പോകുന്നുണ്ടായിരുന്നു.

തുമ്പകളും ചൂലുകളും കോടാലികളും വടികളും ഒരു ഇരുമ്പുകൊളുത്തിൽ തൂക്കിയിട്ടിരുന്ന ഒരു മരവിച്ച കരടിത്തോലും കടന്ന് അവർ വാതുക്കലേക്കു നടന്ന് അകത്തുകയറി. ഏറ്റവും പുറകിലായി വണ്ടിക്കാരൻ കെട്ടുകളുമെടുത്തുകൊണ്ടുവന്നു.

കുടിലിനകത്ത് ചൂടുണ്ടായിരുന്നു.

വണ്ടിക്കാരൻ കുതിരകൾക്കു തീറ്റി കൊടുക്കാൻവേണ്ടി പുറത്തുപോയി. പേടിച്ചുവിരണ്ടിരുന്ന കുട്ടികളുടെ കോട്ട് അമ്മ നിശ്ശബ്ദം ഊരിമാറ്റി.

"ഇത്ര ദൂരം വന്നിട്ട് നോക്കുമ്പോൾ അച്ഛൻ സ്ഥലത്തില്ല!"

അമ്മ ഒരു ബഞ്ചിൽ തളർന്നിരുന്നിട്ട് തല

പുകഞ്ഞാലോചിച്ചു. എന്തുപറ്റി? താവളം ശൂന്യമായിരിക്കുന്നതെന്തു കൊണ്ടാണ്? ഇനി എന്താണു ചെയ്യുക? തിരിച്ചുപോവുകയോ? പക്ഷേ വണ്ടിക്കാരന് ഇങ്ങോട്ടുള്ള കൂലി കൊടുക്കാനുള്ള പണം മാത്രമേ കൈവശമുള്ളൂ. അപ്പോൾ സൂക്ഷിപ്പുകാരനുവേണ്ടി കാത്തിരിക്കേണ്ടിയിരിക്കുന്നു. പക്ഷേ വണ്ടിക്കാരൻ മൂന്നു മണിക്കൂറിനകം പുറപ്പെടും. സൂക്ഷിപ്പുകാരൻ അതിനുള്ളിൽ വന്നില്ലെങ്കിലോ? ഏറ്റവുമടുത്ത റെയിൽവേസ്റ്റേഷനും കമ്പിയാപ്പീസും നൂറു കിലോമീറ്ററോളം അകലെയാണ്.

വണ്ടിക്കാരൻ അകത്തു കടന്നുവന്നു. മുറിയുടെ ചുറ്റും കണ്ണോടിച്ച് മണം പിടിച്ചിട്ട് അയാൾ അടുപ്പിന്റെയടുത്തേക്കു നടന്ന് ഉള്ളിലേക്കു നോക്കി.

"സൂക്ഷിപ്പുകാരൻ ഇരുട്ടുന്നതിനു മുമ്പു വരും" അയാൾ അവർക്ക് ഉറപ്പുകൊടുത്തു. "കണ്ടില്ലേ, ഒരു പാത്രം മുട്ടക്കൂസ് സൂപ്പിരിക്കുന്നത്. ഒരു ദീർഘയാത്രയ്ക്കു പോയിരുന്നതാണെങ്കിൽ അയാൾ ഈ സൂപ്പ് തണുത്ത സ്ഥലത്തേ വയ്ക്കൂ. ഏതായാലും ആലോചിച്ച് ഉചിതം പോലെ ചെയ്യൂ." അയാൾ തുടർന്നു. "കാര്യങ്ങളുടെ കിടപ്പ് ഇങ്ങനെയായതുകൊണ്ട് ഞാൻ നിങ്ങളെ സൗജന്യമായി തിരികെ കൊണ്ടാക്കാം. ഞാനൊരു കഠിനഹൃദയനല്ല."

"വേണ്ട," അമ്മ പറഞ്ഞു. "ഞങ്ങൾ തിരികെ സ്റ്റേഷനിലേക്കു പോയതുകൊണ്ടു പ്രയോജനമൊന്നുമില്ല."

അവർ വീണ്ടും വെള്ളം തിളയ്ക്കാൻ വച്ചു. സോസേജ് ചൂടാക്കി. ഭക്ഷണം കഴിച്ചു. അമ്മ സാധനങ്ങൾ പുറത്തെടുക്കുന്നസമയത്ത് ചുക്കും ഗെക്കും അടുപ്പിന്റെ മുകളിലത്തെ ചൂടുള്ള തിണ്ണയിൽ ചാടിക്കയറി. ബർച്ചമരച്ചില്ലകളുടേയും ചൂടുള്ള ആട്ടിൻ തോലിന്റേയും പൈൻമരക്കീറുകളുടേയും മണം അവിടെ തങ്ങിനിന്നിരുന്നു. അമ്മ അസ്വസ്ഥയായും

മൂകയായുമിരുന്നതുകൊണ്ട് ചുക്കും ഗെക്കും മൗനം പൂണ്ടിരുന്നു. പക്ഷേ കുറെയധികം സമയം ഇങ്ങനെ വെറുതെയിരിക്കാൻ സാദ്ധ്യമല്ലാത്തുകൊണ്ടും മറ്റൊന്നും ചെയ്യാനില്ലാത്തതുകൊണ്ടും ചുക്കും ഗെക്കും താമസിയാതെ ഗാഢനിദ്രയിലാണ്ടു.

വണ്ടിക്കാരൻ പോയതോ അമ്മ തിണ്ണയിൽ കയറി അടുത്തുവന്നു കിടന്നതോ അവരറിഞ്ഞില്ല. കുടിലിൽ നല്ല ഇരുട്ടായതിനുശേഷമാണ് അവരുണർന്നത്. വരാന്തയിൽ കാൽപ്പെരുമാറ്റം കേട്ടാണ് അവർ മൂവരും ഒരേസമയത്തു ണർന്നത്. എന്തോ ഒന്ന് വലിയ ഒച്ചയോടുകൂടി വാതിലി നടുത്തു വീണു. ഒരു തുമ്പയായിരിക്കും. വാതിൽ തുറന്ന് സൂക്ഷിപ്പുകാരൻ കയ്യിലൊരു റാന്തലും പുറകിൽ ജടപിടിച്ച ഒരു വലിയ പട്ടിയുമായി അകത്തേക്കു കടന്നു.

അയാൾ തോക്ക് തോളിൽ നിന്നും ഊരിമാറ്റി. വെടി വച്ചുവീഴ്ത്തിയ ഒരു മുയലിനെ ബഞ്ചിലേക്കിട്ടു. അടുപ്പിന്റെ മുകളിലേക്ക് റാന്തൽ ഉയർത്തിയിട്ടു ചോദിച്ചു.

"ആരാണു നിങ്ങൾ?"

"ഭൂഗർഭ ഗവേഷണസംഘത്തിന്റെ തലവനായ സെരോഗിന്റെ ഭാര്യയാണ് ഞാൻ." തിണ്ണയിൽനിന്നു താഴെയിറങ്ങിക്കൊണ്ട് അമ്മ പറഞ്ഞു. "ഇതദ്ദേഹത്തിന്റെ പുത്രന്മാരാണ്."

സൂക്ഷിപ്പുകാരൻ ചുക്കിന്റേയും ഗെക്കിന്റേയും വിരണ്ട മുഖങ്ങളിലേക്ക് വിളക്കുയർത്തി.

"ശരിയാണ്, അച്ഛന്റെ തനിരൂപം. പ്രത്യേകിച്ച് ഈ തക്കിടിമുണ്ടൻ" അയാൾ ചുക്കിനെ ചൂണ്ടിക്കാട്ടി.

ചുക്കിനും ഗെക്കിനും സങ്കടമായി. തന്നെ തക്കിടിമു ണ്ടൻ എന്നു വിളിച്ചതായിരുന്നു ചുക്കിന്റെ സങ്കടത്തിനുള്ള

കാരണം.

"നിങ്ങൾ എന്തിനാണ് ഇങ്ങനെ ഓടിച്ചാടി വന്നത്?" അമ്മയെ നോക്കിക്കൊണ്ട് സൂക്ഷിപ്പുകാരൻ ചോദിച്ചു. "വരണ്ട എന്നു നിങ്ങളോടു പറഞ്ഞതല്ലേ."

"നിങ്ങൾ പറയുന്നതെന്താണെന്നു മനസ്സിലായില്ല. ഞങ്ങൾ വരണ്ട എന്ന് ആരാണ് പറഞ്ഞത്?"

"നിങ്ങളുടെ ഭർത്താവ്. ഞാൻ തന്നെയാണ് സേരോഗിന്റെ കമ്പി സ്റ്റേഷനിൽ കൊണ്ടുപോയി കൊടുത്തത്. അതിൽ വ്യക്തമായി പറഞ്ഞിരുന്നു. 'വരവ് രണ്ടാഴ്ച നീട്ടിവെയ്ക്കണം. സംഘം അടിയന്തിരമായി തൈഗയിലേക്കു പോകുന്നു.' 'വരവു നീട്ടിവെയ്ക്കണം' മെന്നാണ് അതിന്റെ അർത്ഥം. ഉത്തരവു ലംഘിക്കുകയാണു നിങ്ങൾ ചെയ്യുന്നത്."

"നിങ്ങൾ ഏതു കമ്പിയുടെ കാര്യമാണു പറയുന്നത്?"

അമ്മ ചോദിച്ചു. "ഞങ്ങൾക്കു കമ്പിയൊന്നും കിട്ടിയില്ല." സ്ഥിരീകരണം ലഭിക്കാനെന്നവണ്ണം അവർ അമ്പരന്ന് ചുക്കിനേയും ഗെക്കിനേയും നോക്കി.

എന്നാൽ പുത്രന്മാർ രണ്ടുപേരും പരിഭ്രമത്തോടെ പരസ്പരം നോക്കി തിണ്ണയുടെ പുറകിലേക്കു വേഗം നീങ്ങുന്നതാണ് അവർ കണ്ടത്.

"പിള്ളേരെ," കുട്ടികളെ സംശയത്തോടെ നോക്കിക്കൊണ്ട് അമ്മ പറഞ്ഞു. "ഞാൻ വീട്ടിലില്ലാതിരുന്നപ്പോൾ ഒരു കമ്പി വന്നോ?"

തിണ്ണയുടെ മുകളിൽ ഉണങ്ങിയ മരച്ചില്ലകളും പൂളകളും ശബ്ദിച്ചു. പക്ഷേ ഉത്തരമില്ല.

"എന്നെ ദണ്ഡിപ്പിക്കാതെ ചോദിച്ചതിന് ഉത്തരം പറയിൻ!" അമ്മ വിളിച്ചു പറഞ്ഞു. "ഞാൻ പുറത്തുപോയി വന്നപ്പോൾ നിങ്ങൾക്കൊരു കമ്പി കിട്ടിയിട്ട് അതെനിക്കു തരാൻ മറന്നുപോയോ?"

ഏതാനും നിമിഷങ്ങൾ കൂടി കഴിഞ്ഞു. പെട്ടെന്ന് തിണ്ണയുടെ ഭാഗത്തുനിന്നും ഉച്ചത്തിൽ ഒരു നിലവിളി ഉയർന്നു.

ചുക്കിന്റെ ശബ്ദം താഴത്തെ കട്ടകളിലായിരുന്നെങ്കിൽ ഗെക്കിന്റേത് ഉച്ചസ്ഥായിയിലായിരുന്നു.

"ദുഷ്ടക്കുട്ടികൾ!" അമ്മ പറഞ്ഞു. "നിങ്ങളെന്നെ കൊല്ലും. ഒച്ച നിർത്തി ഉണ്ടായ കാര്യം പറയിൻ."

"കൊല്ലും" എന്നു കേട്ടപ്പോൾ ചുക്കിന്റേയും ഗെക്കിന്റേയും കരച്ചിൽ കുറേക്കൂടി കലശലായി. തങ്ങളുടെ വിഷാദവൃത്താന്തം അവരെക്കൊണ്ടു പറയിക്കാൻ കുറെ സമയമെടുത്തു. കുറ്റം അന്യോന്യം ചുമലിൽ ചാരാൻ രണ്ടുപേരും നാണമില്ലാതെ വേണ്ടുവോളം ശ്രമിക്കാതിരുന്നില്ല.

* * *

ഇത്തരം കുട്ടികളെ എന്താണു ചെയ്യുക? അടിക്കുകയോ? ജയിലിൽ പിടിച്ചിടുകയോ? കാലിൽ ചങ്ങലയിട്ട് കഠിനാദ്ധ്വാനത്തിന് അയയ്ക്കുകയോ? അമ്മ ഇതൊന്നും ചെയ്തില്ല. നെടുവീർപ്പിട്ടുകൊണ്ട് മക്കളോടു താഴെയിറങ്ങി മുഖം തുടച്ചു മുഖം കഴുകാൻ പറഞ്ഞതേയുള്ളൂ. അതിനുശേഷം താൻ ഇനി എന്തു ചെയ്യണമെന്നു സൂക്ഷിപ്പുകാരനോട് ചോദിച്ചു.

ഭൂഗർഭഗവേഷണസംഘം ഒരടിയന്തിരജോലി സംബന്ധിച്ച് അൽക്കറാഷ് മലയിടുക്കിലേക്കു പോയിരിക്കുകയാണെന്നും ചുരുങ്ങിയതു പത്തു ദിവസം കഴിഞ്ഞേ അവർ മടങ്ങിയെത്തുകയുള്ളുവെന്നും സൂക്ഷിപ്പുകാരൻ പറഞ്ഞു.

" പക്ഷേ ഞങ്ങൾ പത്തുദിവസം എങ്ങനെകഴിയും?"

അമ്മ ചോദിച്ചു. "ഞങ്ങൾ ഭക്ഷണമൊന്നും കൊണ്ടുവന്നിട്ടില്ല."

"എങ്ങിനെയെങ്കിലും കഴിഞ്ഞേ പറ്റൂ," സൂക്ഷിപ്പുകാരൻ മറുപടി പറഞ്ഞു. "ഞാൻ കുറെ റൊട്ടി തരാം. ആ മുയലിനെ എടുത്തുകൊള്ളൂ. തൊലിയുരിച്ച് പാകം ചെയ്തോളൂ. എനിക്കു നാളെ ഒന്നുരണ്ടു ദിവസത്തേക്ക് തൈഗയിൽ പോകണം. കെണികൾ നോക്കാൻ."

"അത് പ്രയാസമാണ്," അമ്മ പറഞ്ഞു. "ഞങ്ങളിവിടെ ഒറ്റയ്ക്ക് എങ്ങിനെ കഴിയും.? ഞങ്ങൾക്ക് ഈ സ്ഥലത്തെപ്പറ്റി യാതൊന്നുമറിഞ്ഞുകൂടാ. കാടും മൃഗങ്ങളുമല്ലാതെ ഒന്നുമില്ല...."

"ഞാൻ ഒരു തോക്കു തന്നിട്ടു പോകാം." സൂക്ഷിപ്പുകാരൻ പറഞ്ഞു. 'വിറകുപുരയിൽ വിറകുണ്ട്. ആ കുന്നിനപ്പുറത്ത് ഒരു അരുവിയുണ്ട്. ഇതാ ഒരു ചാക്ക് ഗോതമ്പ്. ഉപ്പ് ആ പാത്രത്തിലുണ്ട്. നിങ്ങളുടെ കാര്യം നോക്കിക്കൊണ്ടിരിക്കാൻ

എനിക്കു സമയമില്ല, മനസ്സിലായോ?...."

"ഹ്ഹം. ഒരു വല്ലാത്ത മനുഷ്യൻ." ഗെക്ക് ചുക്കിനോട് അടക്കിപ്പറഞ്ഞു."വാ നമുക്ക് അയാളോടു നാലു വാക്കു പറയാം."

"വേണ്ട." ചുക്ക് പറഞ്ഞു "നമ്മൾ അങ്ങനെ ചെയ്താൽ അയാൾ നമ്മളെ അടിച്ചു പുറത്താക്കും. അച്ഛൻ വരുന്നതുവരെ കാത്തിരിക്കുകയാണു നല്ലത്. അപ്പോൾ നമുക്ക് അയാളെപ്പറ്റി എല്ലാം പറഞ്ഞുകൊടുക്കണം."

"അച്ഛൻ വരുന്നതുവരെയോ? അതിനിനി എത്ര ദിവസം കഴിയണം!"

ഗെക്കു അമ്മയുടെയടുത്തുപോയി മടിയിൽ കയറിയിരുന്ന് ആ മര്യാദകെട്ട സൂക്ഷിപ്പുകാരനെ നെറ്റിചുളിച്ചു ദേഷ്യത്തിൽ നോക്കി.

സൂക്ഷിപ്പുകാരൻ തന്റെ ആട്ടിൽതോൽക്കോട്ട് അഴിച്ചുമാറ്റി റാന്തലിരുന്നിരുന്ന മേശയുടെ അടുത്തേക്കു വന്നു.

ആ കോട്ടിന്റെ പുറകിൽ നിന്ന് തോൾ മുതൽ അരവരെ ഒരു നീണ്ട കഷ്ണം മാന്തിക്കീറിയിരിക്കുന്നത് അപ്പോൾ മാത്രമാണ് ഗെക്കിന്റെ കണ്ണിൽപ്പെട്ടത്.

"മുട്ടക്കൂസ് സൂപ്പ് അടുപ്പത്തുണ്ട്," സൂക്ഷിപ്പുകാരൻ അമ്മയോട് പറഞ്ഞു. "സ്പൂണുകളും പിഞ്ഞാണങ്ങളും ആ ഷെൽഫിലിരിപ്പുണ്ട്, ഇരുന്നു കഴിച്ചോളിൻ, ഞാൻ അപ്പോഴേക്കും ഈ കോട്ടൊന്നു തുന്നാം."

"നിങ്ങളാണു വീട്ടുകാരൻ." അമ്മ പറഞ്ഞു. "നിങ്ങൾ ഭക്ഷണമെടുത്തു വയ്ക്കു. ആ കോട്ട് ഇങ്ങോട്ടു തരൂ. എനിക്കു നിങ്ങളേക്കാൾ നന്നായി തുന്നാൻ കഴിയുമെന്നു തീർച്ചയാണ്."

സൂക്ഷിപ്പുകാരൻ തലപൊക്കി അവരെ നോക്കിയപ്പോൾ

ഗെക്കിന്റെ രൂക്ഷമായ നോട്ടമാണു കണ്ടത്.

"ഓഹോ! വലിയ വാശിക്കാരാണ്, അല്ലേ. എനിക്കതു മനസ്സിലായി," അയാൾ പിറുപിറുത്തു. തന്റെ കോട്ട് അവരെ ഏൽപ്പിച്ചിട്ട് അയാൾ എഴുന്നേറ്റ് പിഞ്ഞാണങ്ങളെടുക്കാൻ ഷെൽഫിന്റെയടുത്തേക്കു നടന്നു.

"ഇത് ഇത്രയധികം കീറിയതെങ്ങിനെയാണ്?" കീറൽ ചൂണ്ടിക്കാണിച്ചുകൊണ്ട് ചുക്ക് ചോദിച്ചു.

"ഒരു കരടിയുമായി ചെറിയൊരു മൽപ്പിടുത്തം നടന്നു. അവൻ ഒരു മാന്തുവച്ചുതന്നു." കനമുള്ള ഒരു പാത്രം മുട്ടക്കൂസ് സൂപ്പ് മേശപ്പുറത്ത് വയ്ക്കുന്നതിനിടയിൽ മനസ്സില്ലാമന സ്സോടെ സൂക്ഷിപ്പുകാരൻ പറഞ്ഞു.

"നീ അതു കേട്ടോ, ഗെക്ക്?" സൂക്ഷിപ്പുകാരൻ മുറിയ്ക്കു പുറത്തു പോയപ്പോൾ ചുക്ക് ചോദിച്ചു. "അയാൾ കരടിയു മായി മല്ലിട്ടെന്ന്. അതുകൊണ്ടാണ് അയാൾക്കിന്ന് ഇത്ര ദേഷ്യമെന്നു തോന്നുന്നു."

ഗെക്ക് അതു കേൾക്കുകയുണ്ടായി. പക്ഷേ ആരായാ ലും-ഒരു കരടിയുമായി ഒറ്റയ്ക്കു മല്ലിടാൻ കഴിയുന്ന ആളാ ണെങ്കിൽപ്പോലും-തന്റെ അമ്മയോട് മര്യാദയില്ലാതെ പെരുമാറുന്നത് അവനിഷ്ടപ്പെട്ടില്ല.

* * *

പിറ്റേന്നു നേരം പുലർന്നപ്പോൾ സൂക്ഷിപ്പുകാരൻ അയാളുടെ ചാക്കും തോക്കുമെടുത്ത് കാലിൽ തെന്നുപലക കെട്ടി പട്ടിയുമായി തൈഗയ്ക്കുള്ളിലേക്കു മറഞ്ഞു. അവർ ക്കിനി കാര്യങ്ങൾ തന്നെ നോക്കണം.

മൂന്നുപേരും കൂടി വെള്ളത്തിനു പോയി. കുന്നിന്റെ മറുവശത്ത് ഉന്തിനിന്നിരുന്ന ഒരു പാറയിൽനിന്നും ഒരു കൊച്ചരുവി മഞ്ഞിലേക്കൊഴുകുന്നുണ്ടായിരുന്നു.

ചായപ്പാത്രത്തിൽനിന്നും വരുന്നത്ര കനത്തിൽ ആവി വെള്ളത്തിൽനിന്നു പൊങ്ങുന്നുണ്ടായിരുന്നു. പക്ഷേ ചുക്ക് അരുവിയിൽ വിരൽ മുട്ടിച്ചപ്പോൾ വെള്ളം ഐസുപോലെ തണുത്തിരുന്നു.

അടുത്തതായി അവർ കുറെ വിറകു കൊണ്ടുവന്നു. ആ വലിയ അടുപ്പ് കത്തിക്കേണ്ടതെങ്ങിനെയെന്ന് അമ്മയ്ക്കു നിശ്ചയമില്ലായിരുന്നു. കുറെയധികം സമയത്തേക്ക് വിറകിനു തീപിടിച്ചില്ല. അവസാനം കത്തിത്തുടങ്ങിയപ്പോൾ ജ്വാലകൾക്ക് അതിശക്തിയായി ചൂടായിരുന്നു. എതിർവശത്തെ ചുമരിലുള്ള ജനലിന്മേൽ കട്ടിയിൽ ഉറഞ്ഞിരുന്ന ഐസ് അപ്പോൾത്തന്നെ മുഴുവനുരുകി. ഇപ്പോൾ അതിനിടയിലൂടെ കാടിന്റെ അറ്റവും മരങ്ങളും അവയുടെ ചില്ലകളിൽ തത്തിക്കളിക്കുന്ന കിളികളും നീല മലയുടെ പാറനിറഞ്ഞ കൊടുമുടികളും ദൃശ്യമായിരുന്നു.

കോഴിയെ ഉുവൽ കളഞ്ഞു നന്നാക്കാൻ അമ്മയ്ക്കു വശമായിരുന്നെങ്കിലും അവർ ഇതിനുമുമ്പൊരിക്കലും മുയലിന്റെ തൊലിയുരിച്ചിട്ടുണ്ടായിരുന്നില്ല. അവർ അതിനെടുത്ത സമയം കൊണ്ട് ഒരു പശുവിനേയോ കാളയേയോ എളുപ്പത്തിൽ തൊലിയുരിക്കാൻ കഴിയും.

ഈ തൊലിയുരിക്കൽ ഗെക്ക് ഒട്ടും ഇഷ്ടപ്പെട്ടില്ല. പക്ഷേ, ചുക്ക് സസന്തോഷം അമ്മയെ സഹായിക്കുകയും പ്രതിഫലമായി മുയലിന്റെ വാൽ അമ്മ അവനു സമ്മാനിക്കുകയും ചെയ്തു. രോമം കൊണ്ടു മുഴുവനും മൂടിയ ആ വാലിന് തീരെ കനമില്ലായിരുന്നു. അവൻ അടുപ്പിന്റെ മുകളിലത്തെ തിണ്ണയിൽനിന്നു താഴോട്ടെറിഞ്ഞപ്പോൾ അത് ഒരു പാരച്യൂട്ടു പോലെ വായുവിലൂടെ നീങ്ങി.

ഭക്ഷണം കഴിഞ്ഞ് മൂന്നുപേരും നടക്കാനിറങ്ങി.

തോക്കോ ചുരുങ്ങിയ പക്ഷം കുറച്ചു തിരകളെങ്കിലുമോ കയ്യിലെടുക്കണമെന്ന് ചുക്ക് അമ്മയെ നിർബന്ധിച്ചു. പക്ഷേ അമ്മ സമ്മതിച്ചില്ല.

പകരം അവർ ആ തോക്കു ഏറ്റവും പൊക്കത്തിലുള്ള കൊളുത്തിൽ ഉുക്കിയിട്ടു. അതുകഴിഞ്ഞ് ഒരു സ്റ്റൂളിൽ കയറി നിന്ന് തിരകൾ ഏറ്റവും മുകളിലത്തെ തട്ടിൽ വച്ചു. അതിലൊരണ്ണമെങ്കിലും എടുത്താൽ ഒരൊറ്റ ദിവസം പോലും സൈ്വരം കൊടുക്കില്ലെന്ന് അമ്മ ചുക്കിനോടു പറഞ്ഞു.

ചുക്കിന്റെ മുഖം ചുവന്നു. അവൻ ഉടൻ സ്ഥലം വിട്ടു. ഒരു തിര അവന്റെ കീശയിൽ കിടപ്പുണ്ടായിരുന്നു.

അതൊരസാധാരണമായ നടപ്പായിരുന്നു. അവർ അരുവിയിലേക്കുള്ള ഒറ്റയടിപ്പാതയിലൂടെ ഒരു വരിയായിട്ടാണു പോയത് മുകളിൽ ആകാശം തണുപ്പു പകർന്നുകൊണ്ട് നീലനിറത്തിൽ ശോഭിച്ചു. മേലോട്ടുന്തിനിൽക്കുന്ന നീലമലയുടെ ശിഖരങ്ങൾ സ്വപ്നദുർഗ്ഗങ്ങളുടേയും ഗോപുരങ്ങളുടേയും

പ്രതീതി ഉളവാക്കി. ജിജ്ഞാസുക്കളായ കിളികളുടെ ആരവം. ആ തണുത്തുകോച്ചുന്ന നിശ്ശബ്ദത ഭഞ്ജിച്ചു. അതിവേഗം പാഞ്ഞോടുന്ന ചാരനിറത്തിലുള്ള അണ്ണാന്മാർ ദേവദാരുക്കളുടെ കനത്ത കൊമ്പുകൾക്കിടയിലൂടെ ഓടിച്ചാടി നടന്നു. മരങ്ങളുടെ ചുവട്ടിൽ മഞ്ഞിന്റെ വെളുത്ത മാർദ്ദവമേറിയ പരവതാനിയിൽ വിചിത്രജന്തുക്കളുടേയും പക്ഷികളുടേയും കാലടികൾ അസാധാരണരൂപങ്ങൾ നെയ്തുടുത്തിട്ടുണ്ടായിരുന്നു.

പെട്ടെന്ന് തൈഗയിൽ ഒരു ഞെരക്കവും പൊട്ടിത്തെറിയും കേട്ടു. മിക്കവാറും, ഉറങ്ങിരുന്നിരുന്ന ഒരു വലിയ മഞ്ഞുകട്ട ഒരു മരത്തിന്റെ തലപ്പത്തുനിന്നും കൊമ്പുകളടർത്തിക്കൊണ്ടു താഴെ വീണതായിരിക്കാം.

മുമ്പ്, മോസ്ക്കോയിലായിരുന്നപ്പോൾ, ഗെക്കിനു തോന്നിയിരുന്നു മോസ്ക്കോയും അതിലെ തെരുവുകളും വീടുകളും ട്രാമുകളും ബസ്സുകളും ചേർന്നാൽ ലോകമായി എന്ന്.

ഇപ്പോൾ അവനു തോന്നി ലോകം മുഴുവൻ കറുത്തിരുണ്ട

ഒരു വലിയ വനമാണെന്ന്.

അതായിരുന്നു ഗെക്കിന്റെ പ്രകൃതം. അവന്റെ മേൽ വെയിലടിച്ചാൽ ലോകത്തെങ്ങും ആകാശത്തുനിന്നും കാറ്റും മഴയും നീങ്ങിയെന്ന് അവനു തീർച്ചയാണ്.

അവനു സന്തോഷം തോന്നുമ്പോൾ ലോകത്തുള്ള മറ്റെല്ലാവരും സന്തുഷ്ടരായിരിക്കുമെന്ന് അവൻ വിശ്വസിച്ചു.

* * *

രണ്ടു ദിവസം കഴിഞ്ഞു. മൂന്നാമത്തെ ദിവസം വന്നു. എന്നിട്ടും കാട്ടിൽനിന്നും സൂക്ഷിപ്പുകാരനെ കണ്ടില്ല. മഞ്ഞിൽ പൊതിഞ്ഞ ആ കൊച്ചു കുടിലിൽ സംഭ്രമം വ്യാപിച്ചു.

അവർക്കേറ്റവും ഭയം തോന്നിയത് സന്ധ്യയും രാത്രിയിലുമായിരുന്നു. അവർ മുറിയുടേയും വരാന്തയുടേയും കതകുകളടച്ച് കുറ്റിയിട്ടുകയും വെളിച്ചം കണ്ട് മൃഗങ്ങൾ വീട്ടിലേക്കു വരാതിരിക്കാൻ വേണ്ടി പായകൾ കെട്ടിത്തൂക്കി ജനലുകൾ മൂടുകയും ചെയ്തു. എന്നാൽ അവർ ചെയ്യേണ്ടിയിരുന്നത് നേരെ തിരിച്ചായിരുന്നു. കാരണം മൃഗം മനുഷ്യനല്ലല്ലോ. അതിനു വെളിച്ചത്തെ പേടിയാണ്. പുകക്കുഴലിലൂടെ കാറ്റ് ചൂളം വിളിച്ചു. പുറത്തെ കൊടുങ്കാറ്റിന്റെ ശക്തിയിൽ കൊച്ചു കൂർത്ത ഹിമകണ്ണങ്ങൾ ചുമരിന്റേയും ജനലുകളിലെ കണ്ണാടിച്ചില്ലുകളുടേയും നേരെ ആഞ്ഞു പതിച്ചപ്പോൾ, ആരോ അള്ളുകയും മാന്തുകയുമാണെന്ന് അകത്തുള്ളവർക്കു തോന്നി.

അവർ അടുപ്പിനു മുകളിലുള്ള തിണ്ണയുടെ പുറത്തു കയറി. അമ്മ അവരെ പല കഥകളും പറഞ്ഞു കേൾപ്പിച്ചു. ഒടുവിൽ അമ്മ ഉറങ്ങിപ്പോയി.

"ചുക്ക്," ഗെക്കു പറഞ്ഞു. മന്ത്രവാദികൾ യക്ഷിക്കഥകളിൽ

മാത്രം വരാൻ കാരണമെന്താണ്? മന്ത്രവാദികൾ ശരിക്കു ണ്ടായിരുന്നെങ്കിൽ നല്ല രസമായിരുന്നേനെ, അല്ലേ?"

"ക്ഷുദ്രക്കാരത്തികളും പിശാചുക്കളും കൂടി വേണോ?" ഗെക്ക് ഈർഷ്യയോടെ തലയാട്ടി. "പിശാചുക്കളെ ആർക്കു വേണം? അവരെ ഒന്നിനും കൊള്ളില്ല. പക്ഷേ നമുക്കൊരു മന്ത്രവാദിയെ വിളിക്കാൻ കഴിഞ്ഞെങ്കിൽ അച്ഛന്റെയടു ക്കൽ പറന്നുചെന്നു നമ്മൾ വന്ന വിവരം അറിയിക്കാൻ നമുക്കയാളോട് എന്നേ പറയാമായിരുന്നു."

"പക്ഷേ അയാൾ എന്തിൽ പറന്നുചെല്ലും?"

"എന്തിൽ പറക്കുമെന്നോ?... അയാൾ വെറുതെ കൈവീശും. അല്ലെങ്കിൽ അതുമാതിരി എന്തെങ്കിലും ചെയ്യും. അയാൾ ഒരു വഴി കണ്ടുപിടിക്കും. അതിനെപ്പറ്റി വിഷമിക്കണ്ട."

"അയാൾ കൈവീശിപ്പോകാൻ ഇപ്പോൾ വല്ലാത്ത തണുപ്പാണ്." ചുക്ക് പറഞ്ഞു. "എന്നെ നോക്ക്. ഞാൻ രണ്ടുകയ്യുറയിട്ടിട്ടുണ്ടായിരുന്നു. എന്നിട്ടും വിറകു കൊണ്ടുവ ന്നപ്പോൾ എന്റെ വിരലുകൾ തണുത്തു മരവിച്ചു പോയി."

"അതു പോട്ടെ, ചുക്ക്, സത്യത്തിൽ നല്ല രസമായിരിക്കും. ഇല്ലേ?"

ചുക്ക് അല്പമൊന്നറച്ചു. "എനിക്കെങ്ങനെ അറിയാം?

നമ്മുടെ മുറ്റത്ത് വീടിന്റെ അടിക്കെട്ടിൽ ഇപ്പോൾ മിഷ്ക്കിരുക്കൊവ് പാർക്കുന്നിടത്ത് പണ്ടൊരു മുടന്തൻ താമസിച്ചിരുന്നത് ഓർക്കുന്നുണ്ടോ? അയാൾ അപ്പം വിറ്റു നടന്നിരുന്നു. പലതരക്കാരായ വൃദ്ധകൾ അയാളെ വന്നുക ണ്ടു അവരുടെ ഭാഗ്യം പറയിക്കുമായിരുന്നു. ആർക്കു ഭാഗ്യം വരും, ആർക്കു വരില്ല എന്നൊക്കെ."

"എന്നിട്ട് അയാൾ പറഞ്ഞത് ഒത്തോ?"

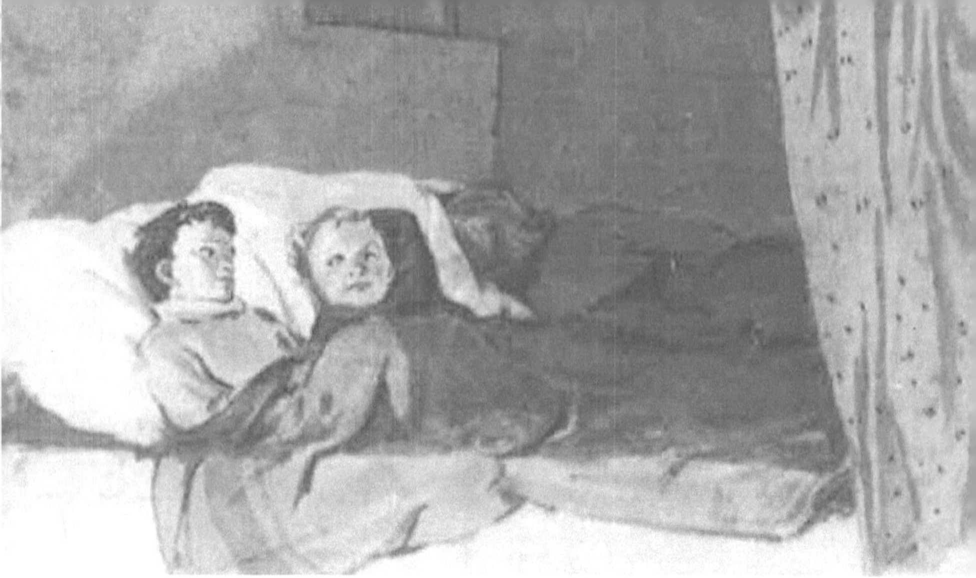

'എന്തോ, അറിയില്ല. മിലിഷ്യാക്കാർ വന്ന് അയാളെ പിടിച്ചു കൊണ്ടുപോയെന്നുമാത്രം എനിക്കറിയാം. അയാളുടെ സ്ഥലത്തുനിന്നും മോഷണം പോയ പലതും അവർ കണ്ടെടുത്തു."

"അപ്പോൾ അയാൾ ഒരു മന്ത്രവാദിയേ അല്ലായിരുന്നു വെന്നാണ് അതു കാണിക്കുന്നത്. അയാൾ വെറുമൊരു തട്ടിപ്പുകാരനായിരുന്നു. എന്തു തോന്നുന്നു?"

"തട്ടിപ്പുകാരനായിരുന്നു, തീർച്ച." ചുക്ക് യോജിച്ചു.

"പക്ഷേ, ഞാൻ പറയുന്നതിതാണ്-എല്ലാ മന്ത്രവാദികളും തട്ടിപ്പുകാരാണ്. ഒരു ഓട്ടയിൽക്കൂടി നുഴഞ്ഞു കയറിയാൽ വേണ്ടതൊക്കെ കിട്ടുമെങ്കിൽ അത്തരക്കാർ പിന്നെ ജോലി ചെയ്യിട്ടെന്താവശ്യം? പക്ഷേ നീ കിടന്നുറങ്ങ്, ഗെക്ക് ഞാൻ നിന്നോട് കൂടുതൽ സംസാരിക്കുന്നില്ല."

"എന്തുകൊണ്ട്?"

"നീ ഒരുപാട് അസംബന്ധം എഴുന്നള്ളിക്കുന്നതുകൊണ്ട്. എന്നിട്ട് രാത്രി നീ ദുസ്വപ്നം കണ്ട് കയ്യിന്റേയും കാലിന്റേയും മുട്ടുകൊണ്ട് എന്നെ കുത്തും. ഇന്നലെ രാത്രി നീ എന്റെ വയറ്റിൽ ഇടിച്ചത് നല്ല സുഖമായിരുന്നെന്നാണോ

വിചാരം? നോക്ക് ഞാനതു കാണിച്ച് തരാം."

* * *

നാലാമത്തെ ദിവസം രാവിലെ അമ്മയ്ക്കുതന്നെ വിറകു കീറേണ്ടിവന്നു. അവർ എന്നേ മുയലിനെ തിന്നുകഴിഞ്ഞിരുന്നു. കിളികൾ അതിന്റെ എല്ലുകളിൽ നിന്നും തരികൾ മുഴുവൻ കൊത്തിത്തിന്നു. എണ്ണയും ഉള്ളിയും കൂട്ടി കഞ്ഞിയാണ് അവർ ഉച്ചയ്ക്ക് ആകെ കഴിച്ചത്. കൈവശമുണ്ടായിരുന്ന റൊട്ടി ഏതാണ്ടു തീരാറായിരുന്നു. പക്ഷേ അമ്മ കുറെ മാവു കണ്ടെത്തി അപ്പമുണ്ടാക്കി.

ആ ഭക്ഷണത്തിനുശേഷം ഗെക്കിനു യാതൊരു ഉന്മേഷവും തോന്നിയില്ല. അവനു പനിയുണ്ടോ എന്ന് അമ്മ ഭയന്നു.

അവനോടു വീട്ടിൽത്തന്നെയിരിക്കാൻ അമ്മ പറഞ്ഞു. പിന്നീടവർ ചുക്കിനെ വസ്ത്രം ധരിപ്പിച്ചു. വെള്ളം കൊണ്ടുവരാനും പിറ്റേന്നു രാവിലെ അടുപ്പു കത്തിക്കാനുമായി ചുള്ളികൾ പെറുക്കാനും വേണ്ടി അവർ രണ്ടു പേരും പാത്രങ്ങളും ചെറിയൊരു തെന്നുവണ്ടിയുമായി പുറപ്പെട്ടു.

ഗെക്ക് ഒറ്റയ്ക്കായി. അവൻ ഏറെനേരം കാത്തിരുന്നു. പിന്നീടവൻ അസ്വസ്ഥനായി. എന്നിട്ട്....

* * *

ചുക്കും അമ്മയും പോയിട്ട് നേരം കുറച്ചായി. അവർ മടങ്ങുന്ന വഴി ചെറിയ തെന്നുവണ്ടി വെള്ളപ്പാത്രങ്ങളോടു കൂടി മറിഞ്ഞു. അവർക്കതുകൊണ്ട് വീണ്ടും അരുവിയുടെയടുത്തേക്കു പോകേണ്ടിവന്നു. പകുതി വഴി വന്നപ്പോഴാണ് ചുക്ക് അവന്റെ കയ്യുറകളിലൊരെണ്ണം കാട്ടിന്റെ അറ്റത്തു ഇട്ടേച്ചുപോന്നെന്നു മനസ്സിലായത്. അവർ വീണ്ടും തിരികെ പോയി. അതിനിടയിൽ നേരമിരുട്ടിക്കഴിഞ്ഞിരുന്നു.

അവസാനം വീട്ടിൽ മടങ്ങിയെത്തിയപ്പോൾ ഗെക്കിനെ അവിടെങ്ങും കാണാനില്ലായിരുന്നു. ആദ്യം അവർ വിചാരിച്ചു അടുപ്പിൻ തിണ്ണയിൽ കൂട്ടിയിട്ടിരുന്ന ആട്ടിൻ തോലുകളുടെ അടിയിൽ അവൻ ഒളിച്ചിരിക്കുകയാണെന്ന്. പക്ഷേ, അവൻ അവിടെ ഇല്ലായിരുന്നു.

ചുക്ക് കൗശലപൂർവ്വം പുഞ്ചിരിച്ചിട്ട് അമ്മയുടെ ചെവിയിൽ പറഞ്ഞു. ഗെക്കു തീർച്ചയായും അടുപ്പിനടിയിലുണ്ടെന്ന്.

അമ്മ അതു കേട്ടപ്പോൾ വല്ലാതെ കോപിച്ചു. ഗെക്കിനോട് ഉടൻ ഇറങ്ങിവരാൻ പറഞ്ഞു. പക്ഷേ, ഗെക്കിന്റെ ശബ്ദമില്ല.

അപ്പോൾ ചുക്ക് അടുപ്പിളക്കാനുള്ള നീണ്ട കമ്പിയെടുത്ത് അടുപ്പിനടിയിൽ കുത്തി നോക്കി. ഇല്ല, ഗെക്ക് അവിടെ ഉണ്ടായിരുന്നില്ല.

അമ്മ അപ്പോൾ വാസ്തവത്തിൽ വിഷമിച്ചു. അവർ വാതിലിനടുത്തുള്ള ആണിയിൽ നോക്കി. ഗെക്കിന്റെ കോട്ടും തൊപ്പിയും കാണുന്നില്ല.

അവൻ പുറത്തിറങ്ങി വീടിനു ചുറ്റും നോക്കി. തിരികെ വന്നു വിളക്കു കൊളുത്തി. ഇരുളടഞ്ഞ വിറകുപുരയിലും സൂക്ഷിച്ചുനോക്കി.

അവർ ഗെക്കിനെ വിളിച്ചു. ശകാരിച്ചുനോക്കി. പക്ഷേ മറുപടിയില്ല. അതിനിടയിൽ ഇരുട്ടുവന്ന് മഞ്ഞുകൂനകളെ അതിവേഗം മൂടുന്നുണ്ടായിരുന്നു.

അമ്മ വീണ്ടും വീട്ടിലേക്ക് ഓടിക്കയറി. ആണിയിൽ നിന്നും തോക്ക് വലിച്ചെടുത്ത് കുറെ തിരകളും വിളക്കുമെടുത്ത് ചുക്കിനോടു വീടിനു പുറത്തു പോകരുതെന്നു കർശനമായി പറഞ്ഞുകൊണ്ട് അവർ പുറത്തേക്കോടി.

കഴിഞ്ഞ നാലു ദിവസത്തിനുള്ളിൽ മഞ്ഞിൽ അനേകം

കാലടികൾ പതിഞ്ഞിരുന്നു.

അന്വേഷണം എവിടുന്നു തുടങ്ങണമെന്ന് അവർക്ക് നിശ്ചയമില്ലായിരുന്നു. എങ്കിലും ഗെക്ക് തനിച്ച് കാട്ടിൽ പോകാൻ ധൈര്യപ്പെട്ടിരിക്കാനിടയില്ലാത്തതുകൊണ്ട് അവർ റോഡിലേക്ക് പോവാൻ തീരുമാനിച്ചു.

റോഡിൽ ഒരു ജീവജാലവുമുണ്ടായിരുന്നില്ല.

അവർ തോക്കിൽ തിരയിട്ട് വെടിവച്ചു. ചെവി വട്ടം പിടിച്ചിട്ട് അവർ രണ്ടാമതും മൂന്നാമതും വെടിവച്ചു.

പെട്ടെന്ന് വളരെയടുത്തുനിന്നുതന്നെ മറുപടിയായി ഒരു വെടിശബ്ദം കേട്ടു. ആരോ രക്ഷയ്ക്ക് ഓടിയെത്തുന്നുണ്ടായിരുന്നു. അമ്മ മുന്നോട്ട് ഓടിച്ചെല്ലാൻ ഭാവിച്ചു പക്ഷേ അവരുടെ ചെരിപ്പ് മഞ്ഞിൽ താണു. അവരുടെ കയ്യിൽനിന്നു വിളക്കു താഴെ വീണും ചില്ലുടഞ്ഞ് അതു കെട്ടു.

പെട്ടെന്ന് സൂക്ഷിപ്പുകാരന്റെ കുടിലിന്റെ വരാന്തയിൽ നിന്നും തുളച്ചുകയറുന്ന ഒരു നിലവിളി കേട്ടു.

ചുക്കായിരുന്നു അത്. വെടി പൊട്ടുന്ന ശബ്ദം കേട്ടപ്പോൾ അവൻ കരുതി ഗെക്കിനെ പിടിച്ചു തിന്ന ചെന്നായ്ക്കൾ അമ്മയെ ആക്രമിക്കുകയാണെന്ന്.

വിളക്ക് വലിച്ചെറിഞ്ഞ് അമ്മ കിതച്ചുകൊണ്ട് വീട്ടിലേക്കോടി. കോട്ടിടാതെ നിന്നിരുന്ന ചുക്കിനെ അവർ വീട്ടിനകത്തേക്കു തള്ളിക്കയറ്റി. തോക്ക് ഒരു മൂലയിലേക്കു വലിച്ചെറിഞ്ഞ് ഐസുപോലെ തണുത്ത ഒരു കോപ്പ വെള്ളം ധൃതിയിൽ മൂന്നാലു കവിൾ കുടിച്ചു.

പുറത്ത് ചവിട്ടുപടിയിൽ ആരോ ആഞ്ഞു ചവിട്ടുന്ന ശബ്ദം കേട്ടു. കതക് തള്ളിത്തുറക്കപ്പെട്ടു. വീട്ടിനകത്തേക്ക് നീരാവിയിൽ പൊതിഞ്ഞ് പട്ടിയും പിന്നാലെ സൂക്ഷിപ്പുകാരനും ഓടിക്കയറിവന്നു.

"എന്തുപറ്റി? എന്തിനാണ് വെടിവച്ചത്?" ഉപചാരമൊന്നും കൂടാതെ, കോട്ടുരാതെ, അയാൾ ചോദിച്ചു.

"എന്റെ മോനെ കാണാതെ പോയി." അമ്മയുടെ കവിളിലൂടെ കണ്ണീരൊഴുകി. കൂടുതൽ എന്തെങ്കിലും പറയാൻ അവർക്കു കഴിഞ്ഞില്ല.

"ഒരു നിമിഷം. കരച്ചിൽ നിർത്ത്." സൂക്ഷിപ്പുകാരൻ കർശനമായി പറഞ്ഞു. "എപ്പോഴാണ് കാണാതായത്? വളരെ നേരമായോ? അതോ ഇപ്പോൾ മാത്രമാണോ? പോ, വീരാ!" അയാൾ പട്ടിയോട് ആജ്ഞാപിച്ചു. അമ്മയുടെ നേരെ വീണ്ടും തിരിഞ്ഞ് അയാൾ പറഞ്ഞു: "പറയൂ, അല്ലെങ്കിൽ ഞാൻ വീണ്ടും പോകും!"

"ഒരു മണിക്കൂർ മുമ്പ്." അമ്മ പറഞ്ഞു."ഞങ്ങൾ വെള്ള മെടുക്കാൻ പോയി. തിരിച്ചുവന്നപ്പോൾ അവനില്ല. കൊട്ടും തൊപ്പിയുമിട്ട് അവൻ പൊയ്ക്കഴിഞ്ഞിരുന്നു."

"അവൻ ഒരു മണിക്കൂർക്കൊണ്ട് വളരെ ദൂരമൊന്നും പോകാൻ വഴിയില്ല. കമ്പിളിച്ചെരുപ്പിട്ടിട്ടുണ്ടെങ്കിൽ അത്ര പെട്ടെന്നു തണുത്തുകോച്ചാനുമിടയില്ല. വീരാ, ഇവിടെവാ. ഇതൊന്നു മണക്ക്."

കൊളുത്തിൽനിന്നും ഗെക്കിന്റെ ഒരു തൊപ്പിയൂരി അതും അവന്റെ റബ്ബർ ചെരിപ്പും അയാൾപട്ടിയുടെ മൂക്കിനടുത്തു പിടിച്ചു.

പട്ടി സാധനങ്ങൾ ശ്രദ്ധാപൂർവ്വം മണത്തിട്ട് അതിന്റെ ബുദ്ധിയുള്ള കണ്ണുകൾ യജമാനന്റെ മുഖത്തിനു നേർക്കുയർത്തി.

"പൊക്കോ." കതകു തുറന്നുകൊടുത്തിട്ട് സൂക്ഷിപ്പുകാരൻ പറഞ്ഞു. "പോ, വീരാ, പോയി അവനെ കണ്ടുപിടിക്ക്!"

പക്ഷേ പട്ടി വാലാട്ടിക്കൊണ്ട് അവിടെത്തന്നെ നിന്നതേയുള്ളൂ.

"പോ," സൂക്ഷിപ്പുകാരൻ കർശനമായി പറഞ്ഞു. "കണ്ടു പിടിക്ക്, വീരാ, കണ്ടുപിടിക്ക്!"

പട്ടി അസ്വസ്ഥമായി വായുവിൽ മണം പിടിക്കുകയും തറയിൽ നഖംകൊണ്ട് മാന്തുകയും ചെയ്തു. പക്ഷേ അവിടെന്നനങ്ങിയില്ല.

"നീ എന്താണിങ്ങനെ കളിച്ചുകൊണ്ടു നിൽക്കുന്നത്?" സൂക്ഷിപ്പുകാരൻ ദേഷ്യത്തിൽ ചോദിച്ചു. ഒരിക്കൽക്കൂടി തൊപ്പിയും റബ്ബർ ചെരിപ്പും പട്ടിയുടെ മുഖത്തിനടുത്തു കാണിച്ചിട്ട് അയാൾ അതിന്റെ കഴുത്തുപട്ടയിൽ പിടിച്ചു.

പക്ഷേ, വീരൻ സൂക്ഷിപ്പുകാരനെ പിന്തുടർന്നില്ല. അതു

വീണ്ടും വീണ്ടും വട്ടത്തിൽ കറങ്ങി അവസാനം നേരെ എതിർവശത്തേക്കു നടന്നു.

ഒരു വലിയ മരപ്പെട്ടിയുടെ അടുത്തു ചെന്ന് നിന്ന് പട്ടി അതിന്റെ രോമാവൃതമായ കാലുകൊണ്ട് അടപ്പിൽ മാന്തി. എന്നിട്ട് യജമാനന്റെ നേരെ തിരിഞ്ഞ് അത് അലസഭാവത്തിൽ മൂന്നു തവണ നീട്ടികുരച്ചു.

അത്ഭുതപ്പെട്ടു നിന്ന അമ്മയുടെ കയ്യിലേക്കു തോക്കു കൊടുത്തിട്ട് സൂക്ഷിപ്പുകാരൻ പെട്ടിയുടെയടുത്തേക്കു ചെന്ന് അടപ്പു തുറന്നു.

അതിൽ, ആട്ടിൻതോലുകളും ചാക്കുകളും കൂട്ടിയിട്ടിരുന്നതിന്റെ മുകളിലായി ഗെക്ക് സുഖമായി കിടന്നുറങ്ങുന്നുണ്ടായിരുന്നു. അവൻ കോട്ടുകൊണ്ടു പുതച്ചിട്ടുണ്ട്.

തൊപ്പിയിന്മേലാണ് തല വച്ചിരുന്നത്.

എടുത്ത്പൊക്കി ഉണർത്തിയപ്പോൾ അവൻ ഉറക്കംഌങ്ങിയ കണ്ണുകൾ മിഴിച്ചു നോക്കി. തന്നെപ്പറ്റി ഇത്രയധികം ബഹളം കൂട്ടുന്നതെന്തിനാണെന്ന് അവനു മനസ്സിലായില്ല. അമ്മ അവനെ ഉമ്മവയ്ക്കുകയും കരയുകയും ചെയ്തുകൊണ്ടിരുന്നു. ചുക്ക് അവന്റെ കയ്യും കാലും പിടിച്ചുവലിക്കുകയും അങ്ങോട്ടുമിങ്ങോട്ടും ഓടിച്ചാടി നടക്കുകയും ചെയ്തു.

"ഹുറാ! ഹുറാ!" അവൻ ആർത്തുവിളിച്ചു.

രോമം മൂടിയ വീരന്റെ മൂക്കിൽചുക്ക് ഒരു ഉമ്മ കൊടുത്തപ്പോൾ അത് നാണിച്ച് മുഖം തിരിച്ചു. ഈ ബഹളമെല്ലാം എന്തിനാണെന്ന് അതിനും മനസ്സിലായില്ല. മെല്ലെ വാലാട്ടിക്കൊണ്ട് അത് മേശപ്പുറത്തുണ്ടായിരുന്ന ഒരു റൊട്ടിക്കഷ്ണത്തിൽ ആർത്തിയോടെ നോക്കി.

അമ്മയും ചുക്കും വെള്ളത്തിനു പോയപ്പോൾ ഒറ്റയ്ക്കിരുന്നു മുഷിഞ്ഞ ഗെക്ക് അവരെ ഒന്നു പറ്റിക്കാൻ തീരുമാനിച്ചത്രെ. അവൻ തൊപ്പിയും കോട്ടുമെടുത്ത് പെട്ടിക്കകത്തു കയറിയിരുന്നു. അവർ മടങ്ങിവന്ന് തന്നെ തിരിയുന്നതുവരെ കാത്തിരിക്കുക, എന്നിട്ട് പെട്ടിക്കകത്ത് ഒച്ചയുണ്ടാക്കി അവരെ പേടിപ്പിക്കുക, ഇതായിരുന്നു അവന്റെ ഉദ്ദേശം.

പക്ഷേ, അവർ മടങ്ങിവരാൻ വളരെ സമയമെടുത്തതുകൊണ്ട് അവൻ അവരെ കാത്തുകാത്തുകിടന്ന് അറിയാതെ ഉറങ്ങിപ്പോയി.

പെട്ടെന്ന് സൂക്ഷിപ്പുകാരൻ എഴുന്നേറ്റ് ഒരു കനത്ത താക്കോലും ചുളുങ്ങിയ നീലകവറും മേശപ്പുറത്ത് വച്ചു.

"ഇതാ; ഇതു നിങ്ങൾക്കാണ്." അയാൾ പറഞ്ഞു.

"ഞങ്ങളുടെ തലവൻ സെരോഗിന്റെ മുറിയുടേയും അറയുടേയും താക്കോലാണിത്. ഇത് അദ്ദേഹത്തിന്റെ

ഒരെഴുത്തും. അദ്ദേഹം മറ്റാളുകളോടൊപ്പം നാലു ദിവസത്തിനകം വരും. പുതുവർഷത്തിന്റെ തലേന്നാവുമ്പോഴേക്കും."

അപ്പോൾ, മുഖം വീർപ്പിച്ച് കർശനഭാവത്തിൽ നടക്കുന്ന ഈ വൃദ്ധൻ പോയിരുന്നതവിടെയാണ്! കെണി നോക്കാനെന്നും പറഞ്ഞ് ഇറങ്ങിയിട്ട് അയാൾ അങ്ങ് അകലെകിടക്കുന്ന അൽക്കറാഷ് മലയിടുക്കുവരെയുള്ള ദൂരം മുഴുവൻ തെന്നുപലകയിൽ സഞ്ചരിച്ചിരുന്നു.

കത്തു പൊട്ടിച്ചുനോക്കാതെ അമ്മ എഴുന്നേറ്റ് ആ വൃദ്ധന്റെ തോളിൽ കൃതജ്ഞതയോടെ കൈ വച്ചു.

പക്ഷേ, അയാൾ പെട്ടിക്കകത്തെ വേട്ടസാമഗ്രികളുടെ പൊതി മറിച്ചിട്ടതിനു ഗെക്കിന്റെ നേരേയും വിളക്കുടച്ചതിന് അമ്മയുടെ നേരേയും മുറുമുറുത്തതേയുള്ളൂ. അയാൾ ഇടവിടാതെ ദീർഘനേരം മുറുമുറുത്തു. പക്ഷേ, മുഖം കറുപ്പിച്ചുനടക്കുന്ന ഈ വൃദ്ധനോട്അവർക്കാർക്കും ഇപ്പോൾ ഭയം തോന്നിയില്ല.

ആ രാത്രി മുഴുവൻ അമ്മ ഗെക്കിനെ കൺമുമ്പിൽനിന്ന് മാറാൻ അനുവദിച്ചില്ല. ചെറിയൊരു ശബ്ദം കേട്ടാൽ അവർ അവന്റെ കൈ കടന്നു പിടിക്കും. അവൻ പെട്ടെന്ന് ഓടിമറയുമെന്ന് അവർ ഭയപ്പെട്ടതുപോലെ. അവർ അവനെ വളരെയേറെ ഓമനിക്കുന്നതു കണ്ടിട്ട് ഒടുവിൽ ചുക്കിനു സഹിക്കാതായി. ആ പെട്ടിയിൽ കയറിയിരിക്കാൻ തനിക്കും തോന്നിയില്ലല്ലോ എന്നവൻ കുണ്ഠിതപ്പെട്ടു.

* * *

ഇപ്പോഴാണ് ശരിക്കുള്ള രസം തുടങ്ങിയത്. പിറ്റേന്നു രാവിലെ സൂക്ഷിപ്പുകാരൻ അച്ഛന്റെ മുറി തുറന്ന് അടുപ്പു നല്ല വണ്ണം കത്തിക്കുകയും അവരുടെ സാധനങ്ങൾ അങ്ങോട്ടു മാറ്റുകയും ചെയ്തു. മുറി വലുതായിരുന്നു ധാരാളം വെളിച്ചവുമുണ്ടായിരുന്നു. പക്ഷേ അതിലെ സകലതും

അലോങ്കോലപ്പെട്ടാണു കിടന്നത്.

അമ്മ ഉടനെ മുറി വൃത്തിയാക്കാൻ തുടങ്ങി. അന്നു പകൽ മുഴുവൻ അവർ സാധനങ്ങൾ അടുക്കിവെയ്ക്കുകയും തുടയ്ക്കുകയും കഴുകുകയും പൊടിതുത്തുകളയുകയും ചെയ്തു.

വൈകിട്ട് വിറകുമായി വന്ന സൂക്ഷിപ്പുകാരൻ അത്ഭുതപ്പെട്ട് വാതിൽപ്പടിയിൽ നിന്നു. അയാൾ അകത്തേക്കു കാൽ കുത്താൻ മടിച്ചു. അത്ര ശുചിയായിരുന്നു ആ മുറി.

പക്ഷേ, വീരൻ നേരെ അകത്തുകടന്നു വന്നു.

അത് പുതുതായി തുടച്ചിട്ട തറയിലൂടെ ഗെക്കിന്റെ നേരെ ഓടി വന്ന് തണുത്ത മുഖത്ത് അവന്റെ ദേഹത്തുരുമ്മി.

"ഞാനാണ് നിന്നെ കണ്ടുപിടിച്ചത്. അതിന് നീ എനിക്കെന്തെങ്കിലും തിന്നാൽ തരേണ്ടതാണ്." എന്ന് അതു പറയുകയാണോ എന്നു തോന്നി.

അമ്മ വീരന് ഒരു കഷ്ണം സോസേജ് എറിഞ്ഞുകൊടുത്തു.

അതു കണ്ട് സൂക്ഷിപ്പുകാരൻ മുറുമുറുക്കാൻ തുടങ്ങി. തൈഗയിൽ പട്ടികൾക്കു സോസേജു കൊടുക്കുകയാണെങ്കിൽ കിളികൾ പോലും ചിരിക്കുമെന്ന് അയാൾ പറഞ്ഞു.

അമ്മ അയാൾക്ക് ഒരു വലിയ കഷ്ണം മുറിച്ചുകൊടുത്തു. നന്ദിപറഞ്ഞുകൊണ്ട് അയാൾ പുറത്തിറങ്ങി. പട്ടണക്കാരുടെ വിചിത്രമായ രീതികളിൽ അത്ഭുതപ്പെട്ട് നരച്ച തലയാട്ടിക്കൊണ്ട് അയാൾ സ്വയം എന്തൊക്കെയോ പിറുപുറുത്തു.

* * *

പിറ്റേ ദിവസം ഒരു നവത്സരവൃക്ഷം നാട്ടാൻ അവർ തീരുമാനിച്ചു.

അലങ്കാരത്തിനായി അവർ എന്തെല്ലാം ഉപയോഗിച്ചു!

അവിടെ കണ്ടെത്തിയ പഴയ മാസികകളിൽ നിന്ന്

അവർ നിറമുള്ള പടങ്ങളും വെട്ടിയെടുത്തു. പഴന്തുണിയും പഞ്ഞിയും കൊണ്ട് പാവകളേയും ജന്തുക്കളേയുമുണ്ടാക്കി. അച്ഛന്റെ പുകയിലപ്പെട്ടിയിലുണ്ടായിരുന്ന അഭ്രക്കടലാസു മുഴുവനമെടുത്ത് സുന്ദരപുഷ്പങ്ങൾ ചമച്ചു.

മുഖം വീർപ്പിച്ചിരിക്കുന്ന പ്രകൃതമാണെങ്കിലും സൂക്ഷിപ്പുകാരൻ വിറകു കൊണ്ടിട്ട ശേഷം അവരുടെ കരകൗശലം കണ്ട് അത്ഭുതപ്പെട്ട് ഏറെ നേരം വാതുക്കൽ വന്നു നിൽക്കും. ഒടുവിൽ അയാൾക്ക് അടങ്ങിയിരിക്കാൻ കഴിയാതായി. ചായ പൊതിയാനുപയോഗിക്കുന്ന കുറേ ഈയക്കടലാസും താൻ ചെരുപ്പു കുത്താനെടുത്തതിന്റെ ബാക്കിവന്ന ഒരു വലിയ മെഴുകകഷ്ണവും അയാൾ അവർക്കു കൊണ്ടുക്കൊടുത്തു.

എന്തൊരു രസം! അലങ്കാരശാല ഉടൻ മെഴുകുശാലയായി. അവരുണ്ടാക്കിയ മെഴുകുതിരികൾക്ക് വേണ്ടത്ര വടിവോ രൂപഭദ്രതയോ ഉണ്ടായിരുന്നില്ല. എങ്കിലും പട്ടണത്തിൽ കിട്ടാവുന്ന ഏറ്റവും നല്ല മെഴുകുതിരികളെപ്പോലെതന്നെ ശോഭയോടെയാണ് അവ കത്തിയത്.

ഇനി ഒരു ഫർമരത്തിന്റെ കുറവുമാത്രമേ ഉണ്ടായിരുന്നുള്ളൂ. അമ്മ സൂക്ഷിപ്പുകാരനോടു കോടാലി ചോദിച്ചു. അയാൾ മറുപടിയൊന്നും പറഞ്ഞില്ല. എഴുന്നേറ്റ് തെന്നുപലകകളും ധരിച്ച് കാട്ടിലേക്കു പോവുകയാണു ചെയ്തത്.

അരമണിക്കൂറിനകം അയാൾ തിരിച്ചെത്തി.

നിങ്ങൾ എന്തുവേണമെങ്കിലും പറഞ്ഞുകൊള്ളൂ. അലങ്കാരങ്ങൾക്കു പകിട്ടുപോരെന്നോ മുയലിനെ കണ്ടാൽ പൂച്ചയാണെന്നു തോന്നുമെന്നോ പാവകളെല്ലാം വടിപോലത്തെ മൂക്കും തുറിച്ച കണ്ണുകളുമായി ഒരേ ആകൃതിയിൽ ഇരിക്കുന്നവയെന്നോ ഈയക്കടലാസിൽ പൊതിഞ്ഞ തൂക്കുകൾ കടകളിൽ കാണുന്ന നിറമുള്ള സ്ഫടികഗോളങ്ങളോളം

വെട്ടിത്തിളങ്ങുന്നില്ലെന്നോ ഒക്കെ നിങ്ങൾക്കു പറയാം. പക്ഷേ ആ ഫർമരം-മോസ്ക്കോയിലൊരിടത്തും അതുപോലൊന്നു നിങ്ങൾ കാണുകയില്ല! ശിഖരങ്ങളുടെ അറ്റത്ത് കൊച്ചു പച്ചനക്ഷത്രങ്ങളുമായി തൈഗയുടെ ആ സുഭഗസന്തതി അന്തസ്സോടെ ഉയർന്നു തലയെടുത്തുനിന്നു.

* * *

നാലുദിവസം പോയതറിഞ്ഞില്ല. അവസാനം പുതുവർഷത്തിന്റെ തലേദിവസമെത്തി. അതിരാവിലെ മുതൽ ചുക്കും ഗെക്കും പുറത്തായിരുന്നു. എന്തു പറഞ്ഞിട്ടും അവർ അകത്തു വന്നില്ല. അവരുടെ മൂക്ക് നീലനിറമായി. എന്നിട്ടും അച്ഛനും കൂട്ടുകാരും ഏതു നിമിഷവും വരുമെന്ന

പ്രതീക്ഷയോടെ അവർ ഉറഞ്ഞ മഞ്ഞിലൂടെ ചുറ്റിനടന്നു. അവർ ഉച്ചയ്ക്ക് ഭക്ഷണത്തിനുമുമ്പ് എത്തുകയില്ലെന്നും അതുകൊണ്ട് പുറത്തു നടന്ന് തണുത്തുകോച്ചുന്നതു വെറുതെയാണെന്നും കുളിപ്പുരയിൽ വെള്ളം ചൂടാക്കിക്കൊണ്ടിരുന്ന സൂക്ഷിപ്പുകാരൻ പറഞ്ഞു.

അതുതന്നെയാണു സംഭവിച്ചതും. അവർ ഭക്ഷണത്തിനിരുന്നതേയുള്ളൂ. അപ്പോഴേക്ക് സൂക്ഷിപ്പുകാരൻ ജനലിൽ മുട്ടി. കോട്ടുകൾ വലിച്ചു വാരിയിട്ട് മൂന്നുപേരും വരാന്തയിലേക്കോടി.

"സൂക്ഷിച്ചു നോക്കിക്കൊളിൻ," സൂക്ഷിപ്പുകാരൻ പറഞ്ഞു. "ഏതാനും നിമിഷങ്ങൾക്കുള്ളിൽ അക്കാണുന്ന വലിയ മലയുടെ വലത്തെ ചെരിവിൽ അവരെ കാണാനൊക്കും. അവർ വീണ്ടും തൈഗയ്ക്കുള്ളിലേക്കു മറയും. അരമണിക്കൂറിനകം വീടെത്തുകയും ചെയ്യും."

അതുപോലെതന്നെ സംഭവിച്ചു. മലയിടുക്കിൽനിന്നും ആദ്യം പുറത്തുവന്നത് സാധനങ്ങൾ കയറ്റിയ ഏതാനും ഹിമവണ്ടികൾ വലിച്ചു നീങ്ങുന്ന പട്ടികളാണ്. അവയുടെ പുറകിൽ തെന്നുപലകകളിൽ അതിവേഗം സഞ്ചരിക്കുന്ന ഒരു സംഘമാളുകളെ കാണാറായി.

ആ കൂറ്റൻ മലകളുടെ പശ്ചാത്തലത്തിൽ അവരെ വളരെച്ചെറുതായി മാത്രമേ കാണാമായിരുന്നുള്ളു. എങ്കിലും വെളുത്ത മഞ്ഞിനെതിരെ അവരുടെ തലയും കൈകാലുകളും വ്യക്തമായിരുന്നു.

മരങ്ങളില്ലാത്ത ചെരിവിലൂടെ അവർ പാഞ്ഞിറങ്ങി കാട്ടിനുള്ളിലേക്കു മറഞ്ഞു.

കൃത്യം അരമണിക്കൂർ കഴിഞ്ഞപ്പോൾ പട്ടികളുടെ കുരയും ആളുകളുടെ ആർപ്പുവിളികളും ഹിമവണ്ടികളുടെ കറകറ ശബ്ദവും തൊട്ടടുത്തു കേൾക്കാറായി.

വിശന്നുവലഞ്ഞ പട്ടികൾ വീടടുത്തെന്നു മനസ്സിലാക്കി കാട്ടിനുള്ളിൽനിന്നു കുതിച്ചു പാഞ്ഞു. അവയുടെ പുറകിൽ തെന്നുപലകകളിൽ സഞ്ചരിച്ചിരുന്ന ഒമ്പതു പേരുണ്ടായിരുന്നു.

അമ്മയും ചുക്കും ഗെക്കും വരാന്തയിൽ നിൽക്കുന്നതു കണ്ട് അവർ വടികൾ വീശുകയും ഉച്ചത്തിൽ ആർത്തുവിളിക്കുകയും ചെയ്തു.

ഗെക്കിനു കൂടുതൽ കാത്തുനിൽക്കാനുള്ള ക്ഷമയുണ്ടായിരുന്നില്ല. അവർ പടികൾ ചാടിയിറങ്ങി. കമ്പിളിച്ചെരുപ്പുകൾ മഞ്ഞിൽ ആഴ്ത്തിക്കൊണ്ട് അവൻ സംഘത്തിന്റെ മുമ്പിൽ മറ്റുള്ളവരേക്കാളെല്ലാം ഉച്ചത്തിൽ ആർത്തുവിളിച്ചു

കൊണ്ടുവരുന്ന പൊക്കം കൂടിയ താടിക്കാരന്റെയടുത്തേ ക്കോടി.

* * *

ഉച്ചതിരിഞ്ഞ് അവർ കുളിച്ചു മുഖം വടിച്ച് ദേഹം വെടി പ്പാക്കി.

രാത്രി അവരെല്ലാവരും ആഹ്ലാദത്തോടെ നവവത്സരവി രുന്നിന് ഒത്തുകൂടി.

മേശയൊരുക്കിയിട്ടുണ്ടായിരുന്നു. വിളക്കണച്ച് മെഴുകുതിരികൾ കത്തിച്ചിട്ടുണ്ടായിരുന്നു. പക്ഷേ, ചുക്കു ഗെക്കുമൊഴികെ മറ്റെല്ലാവരും മുതിർന്നവരായതുകൊണ്ട് അടുത്തതായി എന്താണു ചെയ്യേണ്ടതെന്ന് അവർക്കു തിട്ട മുണ്ടായിരുന്നില്ല.

ഭാഗ്യവശാൽ ഒരാളുടെ കയ്യിൽ ഒരു അക്കോർഡിയൺ ഉണ്ടായിരുന്നു. അയാളതെടുത്ത് ചുറുചുറുക്കുള്ള ഒരു നൃത്തരാഗം വായിച്ചു. എല്ലാവരും ചാടിയെഴുന്നേറ്റ് നൃത്തം ചെയ്യാൻ തുടങ്ങി. അവരെല്ലാവരും വളരെ നന്നായി നൃത്തം ചെയ്തു. പ്രത്യേകിച്ച് അമ്മയോടൊപ്പം.

പക്ഷേ അച്ഛന് നൃത്തം ചെയ്യാൻ വശമില്ലായിരുന്നു. വലിപ്പമുള്ള ശരീരവും സൽപ്രകൃതവുമുള്ള അദ്ദേഹം നൃത്തം ചെയ്യേണ്ട, തറയിലൂടെ ഒന്നു നടന്നാൽ മതി അലമാരയിലിരിക്കുന്ന സ്ഫടികപ്പാത്രങ്ങൾ കിലുങ്ങും.

അദ്ദേഹം ചുക്കിനേയും ഗെക്കിനേയും മടിയിലിരുത്തി. അവർ എല്ലാവരും കയ്യടിച്ചു.

താമസിയാതെ നൃത്തം അവസാനിച്ചു. ഗെക്കിനോട് ഒരു പാട്ടുപാടാൻ അവർ ആവശ്യപ്പെട്ടു.

ഗെക്കിനെ നിർബ്ബന്ധിക്കേണ്ട ആവശ്യം വന്നില്ല. തനിക്കു പാടൻ കഴിയുമെന്ന് അവനറിയാമായിരുന്നു. അവൻ അതിൽ അഭിമാനം കൊള്ളുകയുംചെയ്തു.

അക്കോർഡിയൺ വായനക്കാരൻ അവന്റെ പാട്ടിനൊപ്പം ശ്രുതിമീട്ടി. അവൻ പാടിയതെന്താണെന്ന് ഞാനിപ്പോൾ ഓർക്കുന്നില്ല. പക്ഷേ, അതു നല്ലൊരു പാട്ടായിരുന്നുവെന്ന് എനിക്ക് ഓർമ്മയുണ്ട്. കാരണം, അവൻ പാടുന്ന സമയത്ത് എല്ലാവരും നിശ്ശബ്ദരായിരുന്നു. ശ്വാസം പിടിക്കാൻ അവൻ ഇടയ്ക്കു നിർത്തുമ്പോൾ മെഴുകുതിരികൾ ചീറുന്നതും പുറത്ത് കാറ്റു ചൂളമടിക്കുന്നതും കേൾക്കാമായിരുന്നു.

അവൻ പാടിക്കഴിഞ്ഞപ്പോൾ എല്ലാവരും കയ്യടിക്കാനും ആർത്തുവിളിക്കാനും തുടങ്ങി. അവർ ഗെക്കിനെ പിടിച്ചു. മുകളിലോട്ടെറിയണമെന്നായിരുന്നു ഉദ്ദേശം. പക്ഷേ അമ്മ വേഗം അവരുടെ പിടിയിൽനിന്നും അവനെ മാറ്റി.

ആവേശത്തിനിടയിൽ അവനെ എറിഞ്ഞ് മരംകൊണ്ടുള്ള മച്ചിൽ മുട്ടിക്കുമോ എന്നായിരുന്നു അവരുടെ ഭയം.

"എല്ലാവരും ഇരിക്കിൻ" വാച്ചിൽ നോക്കിയിട്ട് അച്ഛൻ പറഞ്ഞു. "പരിപാടിയുടെ പ്രധാനഭാഗം തുടങ്ങാൻ പോവുകയാണ്." അദ്ദേഹം റേഡിയോ തുറന്നുവച്ചു.

അവരെല്ലാവരും നിശ്ശബ്ദരായി കാത്തിരുന്നു.

ആദ്യം ശബ്ദമൊന്നുമില്ലായിരുന്നു. പിന്നീടവർ ഒരൊച്ച കേട്ടു തുടർന്ന് മോട്ടോർ കാറുകൾ ഹോണടിക്കുന്ന ശബ്ദവും. അതുകഴിഞ്ഞ് ഒരുതരം മാന്തലും ചീറലും കേട്ടു. അകലെ നിന്ന് ഇമ്പമേറിയ ഒരു മണിനാദം മുഴങ്ങി.

വലുതും ചെറുതുമായ മണികൾ മേളത്തിൽ അടിച്ചു: ണങ്ങ്, ണങ്ങ്!

ചെക്കും ഗെക്കും പരസ്പരം നോക്കി. അക്കേട്ടതെന്താണെന്ന് അവർക്കറിയാമായിരുന്നു. വിദൂരമായ മോസ്ക്കോയിലേ സ്പാക്കി ഗോപുരത്തിന്റെ രക്തനക്ഷത്രത്തിൻ കീഴിൽ ക്രെംലിനിലെ സുവർണ്ണഘടികാരത്തിൽനിന്നുയർന്ന മണിനാദമായിരുന്നു അത്.

പുതുവർഷപ്പിറവിയിൽ ആ മണിനാദം ആളുകൾ എവിടെയും കേട്ടു-നഗരത്തിലും മലയിലും, പുൽപ്രദേശത്തും തൈഗയിലും നീലക്കടലിലുമെല്ലാം.

ചിന്തയിൽ മുഴുകി, മേലധികാരികളുടെ കല്പനയ്ക്കുവേണ്ടി ജാഗ്രതയോടെ കാത്തിരുന്നു. കവചിതവാഹനത്തിന്റെ കമാണ്ടറും ആ മണിനാദം കേട്ടിരിക്കുമെന്നു തീർച്ച.

എല്ലാവരും എഴുന്നേറ്റുനിന്നു. പരസ്പരം നവവത്സരാശംസകൾ നൽകി. വേണ്ടുവോളം സന്തോഷം കൈവരട്ടെ എന്നാശംസിച്ചു.

സന്തോഷത്തിന്റെ അർത്ഥം ഓരോരുത്തരും ഓരോ തരത്തിലാണു മനസ്സിലാക്കിയത്. പക്ഷേ തങ്ങൾ മാനമായി ജീവിക്കുകയും കഠിനമായി പ്രയത്നിക്കുകയും സോവിയറ്റ് യൂണിയനെന്ന പേരിലറിയപ്പെടുന്ന വിസ്തൃതവും സന്തുഷ്ടവുമായ നാടിനെ സ്നേഹിക്കുകയും ആദരിക്കുകയും ചെയ്യണമെന്ന് ഓരോരുത്തർക്കും അറിയാമായിരുന്നു, ഓരോരുത്തരും മനസ്സിലാക്കിയിരുന്നു.

www.ingramcontent.com/pod-product-compliance
Lightning Source LLC
LaVergne TN
LVHW100045051026
849525LV00001B/250
* 9 7 8 8 1 9 3 5 6 0 7 8 5 *